U0165810

Ngụ ngôn

# 寓言

## 越南語版

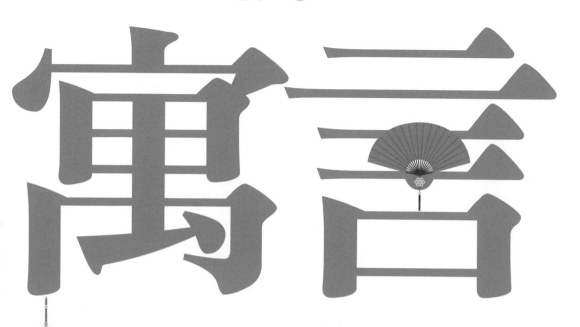

Dương Tú Huệ 楊琇惠──────著 biên soạn
Trần Thụy Tường Vân 陳瑞祥雲──────譯 biên dịch

五南圖書出版公司 印行

在耕耘華語教材十二年之後的今天，終於有機會跨出英文版本，開始出版越語、泰語及印尼語三種新版本，以服務不同語系的學習者。此刻的心情，真是雀躍而歡欣，感覺努力終於有了些成果。

這次之所以能同時出版三個東南亞語系的版本，除了要感謝夏淑賢主任（泰語）、李良珊老師（印尼語）及陳瑞祥雲老師（越南語）的翻譯外，最主要的，還是要感謝五南圖書出版社！五南帶著社企的精神，一心想要回饋社會，想要為臺灣做點事，所以才能促成此次的出版。五南的楊榮川董事長因為心疼許多嫁到臺灣的新住民朋友，因為對臺灣語言、文化的不熟悉，導致適應困難，甚至自我封閉。有鑑於此，便思考當如何才能幫助來到寶島和我們一起生活，一起養兒育女的新住民，讓他們能早日融入這個地方，安心地在這裏生活，自在地與臺灣人溝通，甚至教導下一代關於中華文化的種種，思索再三，還是覺得必需從語言文化下手，是以不計成本地開闢了這個書系。

回想半年前，當五南的黃惠娟副總編跟筆者傳達這個消息時，內心實在是既興奮又激動，開心之餘，感覺有股暖流在心裏盪漾。是以當下，筆者便和副總編一同挑選了五本適合新住民的華語書籍，當中除了有基礎會話，中級會話的教學外，還有些著名的中國寓言，及實用有趣的成語專書，可以說從最基礎到高級都含括了。希望新住民朋友能夠透過這個書系，來增進華語聽、說、讀、寫的能力，讓自己能順利地與中華文化接軌。

這是個充滿愛與關懷的書系，希望新住民朋友能感受到五南的用心，以及臺灣人的熱情。在研習這套書後，衷心期盼新住民朋友能和我們一起愛上這個寶島，一同在這個島上築夢，並創造屬於自己的未來。

楊琇惠

民國一○五年十一月十九日

於林口臺北新境

Sau mười hai năm theo đuổi công việc biên soạn giáo trình tiếng Hoa, cuối cùng đã có cơ hội thực hiện phiên bản khác ngoài tiếng Anh, như tiếng Việt, tiếng Thái, tiếng Indonesia, để phục vụ những học sinh với những ngôn ngữ mẹ đẻ khác nhau. Tâm trạng của tôi lúc này, thực sự rất vui mừng phấn khởi, cảm giác những nỗ lực vừa qua đã có chút thành tựu rồi.

Để có thể đồng thời xuất bản ba phiên bản ngôn ngữ khác nhau, ngoài việc cảm ơn chủ nhiệm Hạ Thục Hiền (tiếng Thái), cô Lý Lương San (tiếng Indo) và cô Trần Thụy Tường Vân (tiếng Việt) hỗ trợ dịch thuật, quan trọng nhất, chính là cảm ơn nhà xuất bản Wunan! Wunan với tinh thần doanh nghiệp xã hội, luôn muốn đóng góp cho xã hội, muốn làm một điều gì đó cho Đài Loan, nên bộ sách này mới có thể xuất bản được. Chủ tịch Wunan, ông Dương Vinh Xuyên nhận thấy nhiều cư dân mới khi đến Đài Loan sinh sống, vì không hiểu rõ ngôn ngữ, văn hóa Đài Loan nên đã không thể thích nghi được, thậm chí đã tự co mình lại, không dám tiếp xúc với thế giới bên ngoài. Chính vì thế, ông đã trăn trở làm sao để giúp họ có thể nhanh chóng hòa nhập vào nơi này, có thể yên tâm sinh sống, thoải mái giao tiếp với mọi người, thậm chí còn có thể dạy thế hệ tiếp theo văn hóa Trung Hoa, suy đi tính lại, ông cảm thấy cần phải bắt đầu từ ngôn ngữ và văn hóa, bất kể chi phí như thế nào cũng phải phát triển bộ sách này.

Nhớ lại sáu tháng trước, khi phó tổng biên tập Hoàng Huệ Quyên đến thông báo tin này cho tôi, tôi cảm thấy thật xúc động và phấn khởi, ngoài cảm giác vui mừng, trong lòng còn có một cảm giác rất ấm áp. Lúc đó, tôi cùng phó tổng biên tập đã chọn ra 5 quyển sách phù hợp với những cư dân mới, bao gồm đàm thoại cơ bản, đàm thoại trung cấp, còn có ngụ ngôn, thành ngữ, có thể nói bộ sách đã bao gồm từ cơ bản đến cao cấp. Hi vọng các bạn có thể thông qua bộ sách này phát triển kỹ năng nghe, nói, đọc và viết, giúp bản thân thuận lợi hội nhập với nền văn hóa Trung Hoa.

Đây là bộ sách đầy tình thương và sự quan tâm, hi vọng các bạn có thể cảm nhận được sự chân thành của nhà xuất bản Wunan, cũng như sự nhiệt tình của người Đài Loan. Sau khi đọc bộ sách này, rất mong các bạn có thể cùng chúng tôi yêu quý hòn đảo này, cùng nhau xây dựng ước mơ, vun đắp tương lai nơi đây.

Dương Tú Huệ
19/11/2016, tại Đài Bắc

# 編輯前言

　　遠渡重洋來到臺灣生活的新住民，無論是嫁娶或經商、工作等原因，在生活上都需要了解如何用中文聽、說、讀、寫，才能在食、衣、住、行上，一切溝通無礙。而有了入門的基本溝通能力後，進一步了解彼此的文化習俗，才能讓新住民更在地化、更能融入華人社會。

　　有鑑於此，我們編撰了此本針對新住民不同國籍的文化閱讀的華語書，來服務在臺灣生活、工作、學習的新住民，以及對此有興趣的華語系所學生。

　　本書特色：

　　1.這是一本介紹華人耳熟能詳的中國寓言故事的好書，內容豐富，並搭配情境故事的插畫，所選寓言都很詼諧有趣、寓意深遠。

　　2.全書都以輕鬆活潑的文筆改寫了原本文言文的寓言故事，包括〈杯弓蛇影〉、〈井底之蛙〉、〈塞翁失馬〉、〈愚公移山〉……等共20篇。讀了這些寓寓言名篇，不僅能藉此看到華人的智慧，並能從故事中見生活中的大道理。

　　3.每篇寓言都包括漢語拼音、越南文，在文末還附有生詞釋意表，絕對讓你輕鬆閱讀、快樂學習，日益增進華語聽、說、讀、寫的能力。

# Lời nói đầu của ban biên tập

Trong cuộc sống hàng ngày tại Đài Loan, bạn cần trang bị những kỹ năng nghe nói đọc viết tiếng Hoa mới có thể giao tiếp về mọi mặt như ăn, mặc, ở, đi lại... Sau khi có thể giao tiếp cơ bản, cần tiếp tục tìm hiểu thêm về văn hóa phong tục của hai nước, mới có thể nhanh chóng hòa nhập vào cuộc sống tại đây.

Nhận thấy nhu cầu này của các bạn, chúng tôi đã biên soạn bộ sách học tiếng Hoa cho người mới bắt đầu với nhiều ngôn ngữ khác nhau, giúp các bạn có thể sống, làm việc, học tập tại Đài Loan, đồng thời giúp các bạn thêm yêu thích ngôn ngữ này.

Đặc sắc:

Giới thiệu những câu chuyện ngụ ngôn nổi tiếng, nội dung phong phú, kết hợp hình ảnh minh họa khiến câu chuyện trở nên sống động thú vị và sâu sắc hơn.

Những câu chuyện ngụ ngôn được viết dưới ngòi bút dí dỏm sinh động, gồm 20 truyện như: "Trong ly có rắn", "Ếch ngồi đáy giếng", "Tái ông mất ngựa", "Ngu Công dời núi"... Bạn không chỉ hiểu được trí tuệ của người xưa, mà còn có thể vận dụng nó vào trong cuộc sống hiện đại ngày nay.

Mỗi truyện đều bao gồm phiên âm, bản dịch, cuối bài còn có bảng từ vựng, chắc chắn sẽ giúp bạn học tập một cách thoải mái nhất, khả năng nghe, nói, đọc, viết sẽ tiến bộ từng ngày.

CONTENTS 目錄

序 (3)

Lời nói đầu (5)

編輯前言 (7)

一　千里馬長怎樣（Thiên Lý Mã hình dáng như thế nào?）　1

二　小青蛙的天堂（Thiên đường của ếch con）　8

三　不吵不相識（Không đánh không quen nhau）　14

四　不知變通的鄭國人（Một người không linh hoạt）　22

五　天才長大了之後……（Thiên tài sau khi lớn lên...）　29

六　可怕的謠言（Tin đồn thật đáng sợ）　37

七　失信的商人（Người thương nhân thất tính）　43

八　弄巧成拙的商人
　（Người thương nhân biến khéo thành vụng）　50

九　改過向善的惡霸（Ác bá hướng thiện）　57

十　孟子與他的媽媽（Mạnh Tử và mẹ）　66

十一　杯子裡有蛇（Trong ly có rắn）　75

十二　背負重物的小蟲（Chú sâu vác đồ nặng）　83

C O N T E N T S

目錄

十三　塞翁失馬〔Tái ông mất ngựa〕　89

十四　蛇有沒有腳〔Rắn có chân không〕　96

十五　愚公移山〔Ngu Công dời núi〕　103

十六　遠水救不了近火〔Nước xa không thể cứu lửa gần〕　111

十七　魯國夫妻的苦惱
　　　〔Phiền não của hai vợ chồng nước Lỗ〕　118

十八　誰是偷錢的人〔Ai là kẻ trộm tiền〕　126

十九　學法術的王生〔Vương Sinh học thuật〕　133

二十　幫助稻子長高的農夫
　　　〔Người nông dân giúp lúa giống mọc cao〕　143

# 一、千里馬 長　怎樣
## qiānlǐmǎ zhǎng zěnyàng

(一) 文章
Wénzhāng

　　春秋 時代時，秦國 的 秦穆公 非常 喜愛
　　Chūnqiū shídài shí ， Qínguó de Qínmùgōng fēicháng xǐài

馬，在他的 馬廄裡， 豢養 著好幾匹難得一見的
mǎ ， zài tā de mǎjiù lǐ ， huànyǎng zhe hǎojǐpī nándéyíjiàn de

好馬，而這些稀有的馬都是他的臣子伯樂從不同
hǎomǎ ， ér zhèxiē xīyǒu de mǎ dōushì tā de chénzǐ Bólè cóngbùtóng

的地方找來的。但是， 懂馬的伯樂年紀漸漸
de dìfāng zhǎolái de 。 dànshì ， dǒng mǎ de Bólè niánjì jiànjiàn

大了， 再也沒辦法四處為 秦穆公 探尋 良馬。
dà le ， zài yě méibànfǎ sìchù wèi Qínmùgōng tànxún liángmǎ 。

因此， 秦穆公 擔心地問他：「伯樂啊，就你看，
yīncǐ ， Qínmùgōng dānxīn de wèn tā ： 「 Bólè a ， jiù nǐ kàn ，

你那些孩子誰 能 和你一樣為我尋覓良馬呢？」
nǐ nàxiē háizi shuínénghàn nǐ yíyàngwèiwǒ xúnmì liángmǎ ne ？ 」

伯樂 想了想，回答：「我知道您雖然有了這麼
Bólè xiǎng le xiǎng ， huídá ： 「 wǒ zhīdào nín suīrán yǒu le zhème

多好馬，但最期待的還是千里馬。不瞞您說，
duō hǎomǎ ， dàn zuì qídài de háishì qiānlǐmǎ 。 bùmán nín shuō ，

一般的馬， 從骨骼、高度 等等 外觀就能看出
yìbān de mǎ ， cóng gǔgé 、 gāodù děngděng wàiguān jiù néngkànchū

好壞，但是， 千里馬卻無法從 外表來判斷，若
hǎohuài ， dànshì ， qiānlǐmǎ què wúfǎ cóngwàibiǎo lái pànduàn ， ruò

不是親眼見到牠奔跑時，腳步輕快到看不見飛起
búshì qīnyǎn jiàndào tā bēnpǎo shí， jiǎobù qīngkuài dào kànbújiàn fēiqǐ

的塵土和踩過的蹄印，還真是沒能看出牠的
de chéntǔ hàn cǎiguò de tíyìn， hái zhēnshì méi néng kànchū tā de

能耐。無奈啊，我的孩子都不夠優秀，他們頂多
néngnài。 wúnài a， wǒ de háizi dōu búgòu yōuxiù， tāmen dǐngduō

只能分辨出良馬和劣馬，但無法看出獨一無二
zhǐnéng fēnbiàn chū liángmǎ hàn lièmǎ， dàn wúfǎ kànchū dúyīwúèr

的千里馬。」
de qiānlǐmǎ

秦穆公聽了好失望，但伯樂接著說：
Qínmùgōng tīngle hǎo shīwàng， dàn Bólè jiēzhe shuō：

「不過，我知道有一個叫九方皋的人，他識馬的
「búguò， wǒ zhīdào yǒu yíge jiào Jiǔfānggāo de rén， tā shì mǎ de

能力和我差不多，您可以接見他。」
nénglì hàn wǒ chābùduō， nín kěyǐ jiējiàn tā。」

秦穆公連忙找來九方皋，派他去尋找
Qínmùgōng liánmáng zhǎolái Jiǔfānggāo， pài tā qù xúnzhǎo

千里馬。過了三個月，九方皋回來報告秦穆公：
qiānlǐmǎ。 guòle sāngeyuè， Jiǔfānggāo huílái bàogào Qínmùgōng：

「我找到千里馬了，在南方的一個沙丘上。」
「wǒ zhǎodào Qiānlǐmǎ le， zài nánfāng de yíge shāqiū shàng。」

秦穆公喜出望外，趕緊問他：「是匹怎麼樣的
Qínmùgōng xǐchūwàngwài， gǎnjǐn wèn tā：「shì pī zěnmeyàng de

馬呢？」九方皋回答：「是匹母馬，毛色是黃
mǎ ne？」 Jiǔfānggāo huídá：「shì pī mǔmǎ， máosè shì huáng

的。」秦穆公馬上派人去把馬帶回來，可是
de。」 Qínmùgōng mǎshàng pài rén qù bǎ mǎ dàihuílái， kěshì

看見的卻是一匹黑色的公馬！他非常不高興，
kànjiàn de quèshì yìpī hēisè de gōngmǎ！ tā fēicháng bù gāoxìng，

找來伯樂質問：「太糟糕了！你推薦的九方皋，
zhǎolái Bólè zhíwèn：「 tài zāogāo le ！ nǐ tuījiàn de Jiǔfānggāo，

連馬的顏色和性別都分不清楚，哪能 找到
lián mǎ de yánsè hàn xìngbié dōu fēnbùqīngchǔ ， nǎ néng zhǎodào

千里馬呢？」
qiānlǐmǎ ne ？」

伯樂歎了口氣，緩緩 地説：「啊！ 沒想到
Bólè tànle kǒu qì ， huǎnhuǎn de shuō ：「 a ！ méixiǎngdào

他已經到了 這種 境界，甚至超越了我！現在，
tā yǐjīng dàole zhèzhǒng jìngjiè ， shèzhì chāoyuè le wǒ ！ xiànzài ，

他觀察馬，已不再是看牠外在的模樣，而是
tā guānchá mǎ ， yǐ búzài shì kàn tā wàizài de móyàng ， érshì

用心 體會那匹馬內在的本質，也就是説，他已經
yòngxīn tǐhuì nàpī mǎ nèizài de běnzhí ， yě jiù shì shuō ， tā yǐjīng

達到了不受 表面 特徵 影響 判斷 的境界了。
dádàole búshòu biǎomiàn tèzhēng yǐngxiǎng pànduàn de jìngjiè le 。

像 他這樣識馬，已經 遠遠 超過任何一個識馬
xiàng tā zhèyàng shì mǎ ， yǐjīng yuǎnyuǎn chāoguò rènhé yíge shìmǎ

人的能力了。您可以讓那匹馬跑跑看，就會知道
rén de nénglì le 。 nín kěyǐ ràng nàpī mǎ pǎopǎokàn ， jiù huì zhīdào

九方皋到底 懂不懂馬了。」 秦穆公半信半疑
Jiǔfānggāo dàodǐ dǒngbùdǒng mǎ le 。」 Qínmùgōng bànxìnbànyí

地把那匹馬放出來，果然，不出 十秒鐘 ，馬
de bǎ nàpī mǎ fàngchūlái ， guǒrán ， bùchū shímiǎozhōng ， mǎ

就跑出 皇宮 的圍牆，成了 遠方 的一個小黑
jiù pǎochū huánggōng de wéiqiáng ， chéngle yuǎnfāng de yíge xiǎo hēi

點 。
diǎn 。

# Thiên Lý Mã hình dáng như thế nào?

㈡ 譯文
yìwén

Vào thời Xuân Thu, vua Tần Mục Công của nước Tần rất yêu thích ngựa, trong chuồng ngựa của ông có rất nhiều ngựa quý hiếm, những chú ngựa này đều do Bá Lạc tìm về. Nhưng Bá Lạc tuổi ngày càng cao, không thể đi khắp nơi tìm ngựa tốt về cho vua Tần Mục Công nữa. Do đó, Tần Mục Công lo lắng hỏi ông: "Bá Nhạc, trong số con cháu của ông thì ai có thể giúp ta tìm được ngựa tốt như ông?" Bá Nhạc nghĩ ngợi một lúc rồi trả lời: "Thần biết tuy ngài đã có nhiều ngựa tốt, nhưng vẫn mong muốn tìm được Thiên Lý Mã. Không giấu gì ngài, ngựa thường thì có thể quan sát vẻ ngoài như gân cốt, chiều cao để phán đoán tốt xấu, nhưng Thiên Lý Mã không thể phán đoán dựa trên vẻ ngoài, nếu không tận mắt nhìn thấy nó chạy, bước chạy nhanh như bay không tung bụi, không thấy vết chân thì không thể nào biết được khả năng của nó. Tiếc là con cháu thần không đủ tài giỏi, chúng chỉ có thể nhận biết ngựa thường, nhưng không thể nhận ra Thiên Lý Mã có một không hai được."

Tần Mục Công nghe xong cảm thấy rất thất vọng, nhưng Bá Nhạc liền nói tiếp: "Nhưng mà, thần biết một người tên Cửu Phương Cao, khả năng chọn ngựa của ông ấy chẳng kém gì thần, ngài có thể tiếp kiến ông ấy."

Tần Mục Công liền cho gọi Cửu Phương Cao và sai ông đi tìm Thiên Lý Mã. Ba tháng sau, Cửu Phương Cao trở về tâu với Tần Mục Công rằng: "Thần đã tìm thấy Thiên Lý Mã ở trên một đồi cát phía Nam." Tần Mục Công vui mừng khôn xiết, liền hỏi: "Con ngựa đó như thế nào?" Cửu Phương Cao trả lời: "Là một con ngựa cái lông vàng." Tần Mục Công lập tức sai người đem ngựa đến, nhưng đó lại là một con ngựa đực lông đen. Ông rất khó chịu, liền đến tìm Bá Nhạc hỏi: "Hỏng rồi, Cửu Phương Cao mà ông tiến cử ngay cả màu sắc, đực cái cũng không phân biệt được, thì làm sao mà nhận biết được Thiên Lý Mã?"

Bá Nhạc thở dài, chậm rãi nói: "Thật không ngờ ông ấy đã đạt đến cảnh giới này, thậm chí đã giỏi hơn cả thần rồi! Hiện nay, ông ấy quan sát ngựa không còn để ý đến vẻ ngoài của nó, mà dùng trái tim để cảm nhận bản chất thật của nó, có nghĩa là, ông ấy đã đạt đến cảnh giới không bị ảnh hưởng bởi những đặc điểm bên ngoài nữa rồi. Khả năng xem ngựa của ông ấy đã vượt xa những người biết xem ngựa. Ngài có thể để ngựa chạy thử, sẽ biết được Cửu Phương Cao có biết xem ngựa hay không.'' Tần Mục Công nửa tin nửa ngờ sai người thả ngựa ra, quả nhiên, không đến mười giây, ngựa đã chạy ra khỏi tường thành, chỉ còn là một chấm đen ở phía xa.

三 名詞解釋
míngcí jiěshì

| | 生詞 | 漢語拼音 | 解釋 |
|---|---|---|---|
| 1 | 馬廄 | mǎjiù | chuồng ngựa |
| 2 | 豢養 | huànyǎng | nuôi dưỡng |
| 3 | 稀有 | xīyǒu | hiếm có |
| 4 | 探尋 | tànxún | khám phá |
| 5 | 尋覓 | xúnmì | tìm kiếm |
| 6 | 骨骼 | gǔgé | xương cốt |
| 7 | 外觀 | wàiguān | vẻ ngoài |
| 8 | 判斷 | pànduàn | phán đoán |
| 9 | 輕快 | qīngkuài | nhanh chóng |
| 10 | 塵土 | chéntǔ | bụi, bụi bặm |
| 11 | 蹄印 | tíyìn | dấu chân (ngựa) |
| 12 | 無奈 | wúnài | đành, đành chịu |
| 13 | 頂多 | dǐngduō | nhiều nhất |
| 14 | 連忙 | liánmáng | vội vã, vội vàng |

| | 生詞 | 漢語拼音 | 解釋 |
|---|---|---|---|
| 15 | 沙丘 | shāqiū | đồn cát |
| 16 | 喜出望外 | xǐchūwàngwài | vui mừng khôn xiết |
| 17 | 質問 | zhíwèn | chất vấn, đặt câu hỏi |
| 18 | 糟糕 | zāogāo | hỏng, tệ |
| 19 | 推薦 | tuījiàn | tiến cử |
| 20 | 本質 | běnzhí | bản chất |
| 21 | 特徵 | tèzhēng | đặc tính |
| 22 | 懷疑 | huáiyí | nghi ngờ |

# 二、小青蛙 的 天堂
## xiǎoqīngwā de tiāntáng

在一個破敗的淺井裡，住著一隻快樂的
zài yíge pòbài de qiǎnjǐng lǐ ， zhùzhe yìzhī kuàilè de

小青蛙。牠有時大聲地唱著歌，有時跳出
xiǎoqīngwā。 tā yǒushí dàshēng de chàngzhe gē ， yǒushí tiàochū

水井 享受 陽光。日子就 這樣一天天過去，
shuǐjǐng xiǎngshòu yángguāng。 rìzi jiù zhèyàng yìtiāntiān guòqù ，

牠覺得每天都很開心、很 充實！有一天， 當
tā juéde měitiān dōu hěn kāixīn 、 hěn chōngshí ！ yǒuyìtiān ， dāng

小青蛙 正在 曬太陽時，一個龐大的 身影 遮住
xiǎoqīngwā zhèngzài shàitàiyáng shí ， yíge pángdà de shēnyǐng zhēzhù

了 光線 ，讓牠好奇地爬了起來， 想 看看到底
le guāngxiàn ， ràng tā hàoqí de pále qǐlái ， xiǎng kànkàn dàodǐ

是誰擋住了牠的 陽光。這一看才知道，原來
shì shuí dǎngzhù le tā de yángguāng。 zhè yíkàn cái zhīdào ， yuánlái

是遠 從 東海來的大鱉，大鱉 正要 去拜訪住在
shì yuǎncóng Dōnghǎi lái de dàbiē ， dàbiē zhèngyào qù bàifǎng zhùzài

西邊森林裡的 朋友。由於走了好幾天的路，
xībiān sēnlín lǐ de péngyǒu。 yóuyú zǒule hǎojǐtiān de lù ，

所以 想 坐下來休息，於是大鱉就跟 小青蛙聊了
suǒyǐ xiǎng zuòxiàlái xiūxí ， yúshì dàbiē jiù gēn xiǎoqīngwā liáole

起來。
qǐlái 。

小青蛙 很 高興 能 遇到 新 朋友，便 開心 地
xiǎoqīngwā hěn gāoxìng néng yùdào xīn péngyǒu ， biàn kāixīn de

分享 自己的 生活：「我 每天 都 過得 好 快樂 啊！
fēnxiǎng zìjǐ de shēnghuó ：「 wǒ měitiān dōu guòde hǎo kuàilè a ！

我 跟 你 說，你 眼前 的 這 口 井 就 是 我 家，這 整個
wǒ gēn nǐ shuō ， nǐ yǎnqián de zhèkǒujǐng jiù shì wǒ jiā ， zhè zhěngge

井 都是 我 一個人 的，住 在 這個 井裡，實在 是 既
jǐng dōushì wǒ yígerén de ， zhù zài zhège jǐnglǐ ， shízài shì jì

方便 又 舒適！在 井裡，我 可以 游泳，可以 泡泡
fāngbiàn yòu shūshì ！ zài jǐnglǐ ， wǒ kěyǐ yóuyǒng ， kěyǐ pàopào

泥巴浴；想 出門 看看 世界 時，一跳 就 跳出來
níbā yù ； xiǎng chūmén kànkàn shìjiè shí ， yítiào jiù tiàochūlái

了，便利 極 了！森林 裡 可以 說 沒有人 比 我 過得
le ， biànlì jí le ！ sēnlín lǐ kěyǐ shuō méiyǒurén bǐ wǒ guòde

更 愜意 了！今天 您 遠道而來，我 就 帶 您 參觀
gèng qièyì le ！ jīntiān nín yuǎndàoérlái ， wǒ jiù dài nín cānguān

參觀 我 住 的 天堂 吧！」大鱉 欣然 同意，立刻
cānguān wǒ zhù de tiāntáng ba ！」 dàbiē xīnrán tóngyì ， lìkè

把 腳 跨進 了 小青蛙 的 家，但 牠 的 左腳 還沒 踏進
bǎ jiǎo kuàjìn le xiǎoqīngwā de jiā ， dàn tā de zuǒjiǎo háiméi tàjìn

井裡，右腳 就 被 井底 的 泥巴 卡住 了，最後 只好
jǐnglǐ ， yòujiǎo jiù bèi jǐngdǐ de níbā kǎzhù le ， zuìhòu zhǐhǎo

失望 地 抽回 右腳。小青蛙 難過 極 了，大鱉 為了
shīwàng de chōuhuí yòujiǎo 。 xiǎoqīngwā nánguò jí le ， dàbiē wèile

安慰 牠，便 和 牠 分享 自己 住 的 東海：「這 海
ānwèi tā ， biàn hàn tā fēnxiǎng zìjǐ zhù de Dōnghǎi ：「 zhè hǎi

啊，一眼 望過去，根本 就 看不到 邊際，我 估計 那
a ， yìyǎn wàngguòqù ， gēnběn jiù kànbúdào biānjì ， wǒ gūjì nà

海 的 寬度 也許 超過 一千 公里 吧！至於 深度 呢，
hǎi de kuāndù yěxǔ chāoguò yìqiān gōnglǐ ba ！ zhìyú shēndù ne ，

我 想 就算 把 喜 馬 拉 雅 山 放 下 去 也 是 綽綽有餘
wǒ xiǎng jiùsuàn bǎ Xǐmǎlāyǎshān fàngxiàqù yěshì chuòchuòyǒuyú

的。我 還 觀 察 到 了 一 個 現 象 ， 就 是 啊 ， 不 管
de。 wǒ hái guānchá dào le yíge xiànxiàng， jiù shì a， bùguǎn

陸 地 上 發 生 了 旱 災 或 是 水 災 ， 那 海 的 水 也 都 絲 毫
lùdìshàng fāshēng le hànzāi huòshì shuǐzāi， nà hǎi de shuǐ yě dōu sīháo

不 受 影 響 ； 年 年 歲 歲 都 是 這 樣 ， 既 不 增 加 也
búshòu yǐngxiǎng； niánniánsuìsuì dōu shì zhèyàng， jì bù zēngjiā yě

不 減 少 ，你 說 ， 神 不 神 奇 ？ 我 啊 ， 每 天 就 望 著
bù jiǎnshǎo， nǐ shuō， shénbùshénqí？ wǒ a， měitiān jiù wàngzhe

日 升 ，又 看 著 日 落 ， 美 景 當 前 ， 眞 是 非 常 地
rìshēng， yòu kànzhe rìluò， měijǐng dāngqián， zhēnshì fēicháng de

滿 足 啊 ！」 說 完 ， 大 鱉 就 一 臉 陶 醉 地 開 始 打 起 了
mǎnzú a！」 shuōwán， dàbiē jiù yìliǎn táozuì de kāishǐ dǎqǐ le

盹，而 小 青 蛙 則 是 聽 得 目 瞪 口 呆 ， 對 這 些 從 來
dǔn， ér xiǎoqīngwā zéshì tīngde mùdèngkǒudāi， duì zhèxiē cónglái

沒 見 過 的 景 象 ， 一 句 話 也 說 不 上 來 。
méijiànguò de jǐngxiàng， yíjùhuà yě shuōbúshànglái。

# Thiên đường của ếch con

(二) 譯文
yìwén

    Trong một cái giếng cạn cũ nát, có một chú ếch con vui vẻ. Có lúc nó cất cao tiếng hát, có lúc lại nhảy ra khỏi giếng tận hưởng ánh mặt trời. Ngày qua ngày, nó cảm thấy mỗi ngày đều thật vui vẻ, thật ngập tràn hạnh phúc! Một ngày nọ, khi chú ếch con đang sưởi nắng, có một cái bóng khổng lồ che lấp ánh sáng, khiến nó tò mò nhảy lên, muốn xem thử là ai đã chặn mất ánh mặt trời của nó. Thì ra là một con ba ba từ Đông Hải đến, đang muốn đến thăm bạn bè sống ở khu rừng phía Tây. Do đã đi mấy ngày liền nên nó muốn ngồi nghỉ một lúc, thế rồi ba ba và ếch con bắt đầu trò chuyện với nhau. Ếch con rất vui khi gặp bạn mới, nó hào hứng chia sẻ cuộc sống của mình: "Mỗi ngày tôi sống rất hạnh phúc, để tôi kể anh nghe, cái giếng trước mặt anh chính là nhà của tôi, cả cái giếng đều là của tôi, sống trong cái giếng này thật sự rất tiện lợi và thoải mái! Trong giếng, tôi có thể bơi, có thể tắm bùn; khi muốn ra ngoài chỉ cần nhảy lên một cái là có thể ra ngoài, tiện lợi vô cùng! Trong khu rừng này có thể nói không ai cảm thấy thoải mái hơn tôi đâu! Hôm nay anh từ xa đến, tôi sẽ đưa anh đến thăm thiên đường nơi tôi sống!" Ba ba vui vẻ đồng ý, liền đưa chân chân bước vào nhà của ếch con, nhưng chân trái chưa bước được vào giếng, chân phải đã bị mắc kẹt trong bùn, cuối cùng nó đành ngậm ngùi rút chân phải về. Ếch con vô cùng buồn bã, ba ba vì muốn an ủi nó nên đã chia sẻ cuộc sống của nó ở Đông Hải:

"Đông Hải này, nhìn qua sẽ không tài nào thấy được ranh giới, tôi ước chừng biển rộng hơn 1000 cây số lận! Còn về độ sâu, tôi nghĩ để cả đỉnh Hi Mã Lạp Sơn xuống cũng còn dư đó. Tôi còn quan sát được một hiện tượng, chính là, dù cho đất liền có xảy ra hạn hán hay lũ lụt thì nước biển cũng không hề bị ảnh hưởng. Năm nào cũng như vậy, không tăng cũng không giảm, anh nói xem, có thần kỳ không chứ? Tôi, mỗi ngày đều ngắm nhìn mặt trời mọc, lại ngắm nhìn mặt trời lặn, cảnh đẹp trước mắt, thật sự rất sung sướng thỏa mãn!"

Nói xong, ba ba với khuôn mặt say sưa thiếp dần đi, còn ếch con nghe xong trố mắt ngạc nhiên, đối với những cảnh tượng chưa từng được nhìn thấy này, không nói nên lời.

(三) 名詞解釋

míngcí jiěshì

| | 生詞 | 漢語拼音 | 解釋 |
|---|---|---|---|
| 1 | 破敗 | pòbài | cũ nát, đổ nát |
| 2 | 充實 | chōngshí | phong phú, đầy đủ |
| 3 | 鱉 | biē | con ba ba |
| 4 | 方便 | fāngbiàn | tiện lợi |

| | 生詞 | 漢語拼音 | 解釋 |
|---|---|---|---|
| 5 | 舒適 | shūshì | dễ chịu, thoải mái |
| 6 | 泥巴 | níbā | bùn |
| 7 | 便利 | biànlì | tiện lợi |
| 8 | 愜意 | qièyì | thoải mái, hài lòng |
| 9 | 天堂 | tiāntáng | thiên đường |
| 10 | 欣然 | xīnrán | vui vẻ làm điều gì đó |
| 11 | 安慰 | ānwèi | an ủi |
| 12 | 邊際 | biānjì | ranh giới |
| 13 | 估計 | gūjì | ước tính |
| 14 | 綽綽有餘 | chuòchuòyǒuyú | dư dả |
| 15 | 現象 | xiànxiàng | hiện tượng |
| 16 | 旱災 | hànzāi | hạn hán |
| 17 | 水災 | shuǐzāi | lũ lụt |
| 18 | 陶醉 | táozuì | say sưa |
| 19 | 打盹 | dǎdǔn | ngủ gật, ngủ thiếp đi |
| 20 | 乾涸 | gānhé | khô cạn |
| 21 | 震驚 | zhènjīng | sốc, kinh ngạc |

# 三、不吵不相識
## bù chǎo bù xiāngshí

兩千　兩百　多年前，　中國　正　處於
liǎngqiān　liǎngbǎi　duō nián qián，　Zhōngguó zhèng　chǔyú

戰國時期，那個時候的　中國　由七個小國所
Zhànguóshíqī，　nàge　shíhòu de Zhōngguó yóu　qīge　xiǎoguó suǒ

組成：齊國、楚國、秦國、燕國、韓國、
zǔchéng：Qíguó、Chǔguó、Qínguó、Yànguó、Hánguó、

趙國　和魏國。這七個小國相互　競爭，　彼此
Zhàoguó hàn Wèiguó。zhè　qīge　xiǎoguó xiānghù jìngzhēng，　bǐcǐ

對立，因為各國的君王都想統一中國。在
duìlì，　yīnwèi gèguó de jūnwáng dōu xiǎng tǒngyī Zhōngguó。zài

這些國家中，秦國最　強盛，　它總是不斷地
zhèxiē guójiā zhōng，Qínguó zuì qiángshèng，　tā zǒngshì búduàn de

攻打其他的國家，　想要　擴張　自己的領土。
gōngdǎ qítā　de guójiā，　xiǎngyào kuòzhāng zìjǐ　de lǐngtǔ。

　　有一次，秦國去打趙國，　趙國因為勢力
　　yǒuyícì，　Qínguó qù dǎ Zhàoguó，Zhàoguó yīnwèi　shìlì

較弱，所以被強大的秦國打得落花流水。趙國
jiàoruò，　suǒyǐ bèi qiángdà de Qínguó dǎde　luòhuāliúshuǐ。Zhàoguó

的皇帝在無可奈何之下，只好派出最優秀的
de huángdì zài　wúkěnàihé　zhīxià，　zhǐhǎo pàichū zuì yōuxiù de

官員 —— 藺相如，　前往　秦國　商討　賠償
guānyuán —— Lìnxiàngrú，　qiánwǎng Qínguó shāngtǎo péicháng

問題。沒想到 在談判的 過程 中 ，藺相如的
wèntí 。 méixiǎngdào zài tánpàn de guòchéng zhōng ， Lìnxiàngrú de

聰明才智 讓 秦王 印象深刻 ，秦王不但對他
cōngmíngcáizhì ràng Qínwáng yìnxiàng shēnkè ， Qínwáng búdàn duì tā

讚譽有加，還十分禮遇他。
zànyùyǒujiā ， hái shífēn lǐyù tā 。

　　這個消息 傳回 趙國之後 ， 趙王 非常地
zhège xiāoxí chuánhuí Zhàoguó zhīhòu ， Zhàowáng fēicháng de

開心，也非常地欽佩藺相如 ， 逢人便 稱讚
kāixīn ， yě fēicháng de qīnpèi Lìnxiàngrú ， féngrén biàn chēngzàn

他的外交能力。聽了皇帝的 讚美 ， 有人點頭
tāde wàijiāo nénglì 。 tīngle huángdì de zànměi ， yǒurén diǎntóu

認同 ，但也有人心生不滿 ， 地位與 藺相如
rèntóng ， dàn yě yǒurén xīnshēngbùmǎn ， dìwèi yǔ Lìnxiàngrú

不相上下 的廉頗就 相當 不服氣。只要他聽到
bùxiāngshàngxià de Liánpǒ jiù xiāngdāng bùfúqì 。 zhǐyào tā tīngdào

君王 提起藺相如，就不以爲然地對 朋友們 說：
jūnwáng tíqǐ Lìnxiàngrú， jiù bùyǐwéirán de duì péngyǒumenshuō：

「藺相如只是口才好罷了，他懂得 帶兵 打仗
「Lìnxiàngrú zhǐshì kǒucái hǎo bàle ， tā dǒngde dàibīng dǎzhàng

嗎？這樣的人有什麼 好 崇拜的！」
ma ？ zhèyàngderén yǒushénme hǎo chóngbài de ！」

　　有個人聽了廉頗的言論，非常 生氣， 等
yǒugerén tīngle Liánpǒ de yánlùn ， fēicháng shēngqì ， děng

藺相如 回國後 ， 便立刻跑去跟他說廉頗的
Lìnxiàngrú huíguó hòu ， biàn likè pǎoqù gēn tā shuō Liánpǒde

不是。這個人原以爲藺相如聽到後，會氣得
búshì 。 zhègerén yuán yǐwéi Lìnxiàngrú tīngdào hòu， huì qìde

火冒三丈 ，但奇怪的是，藺相如只是笑了笑，
huǒmàosānzhàng ， dàn qíguàide shì， Lìnxiàngrú zhǐshì xiàolexiào，

並 沒有露出任何不悅的 表情 。
bìngméiyǒulòuchū rènhé búyuè de biǎoqíng。

那個人覺得十分疑惑 ， 便 問 藺相如 爲何
nàge rén juéde shífēn yíhuò ， biàn wèn Lìnxiàngrú wèihé

不生氣？藺相如心平氣和地回答：「廉頗是 趙國
bùshēngqì？ Lìnxiàngrú xīnpíngqìhé de huídá ： 「 Liánpǒ shì Zhàoguó

最 聰明 、 最 勇猛 的 將軍 ， 他的 才能 遠在我
zuì cōngmíng 、 zuì yǒngměng de jiāngjūn ， tāde cáinéng yuǎnzài wǒ

之上 ， 他會 不服氣 是應該的 。 現在我們的 情勢
zhīshàng ， tā huì bùfúqì shì yīnggāide。 xiànzài wǒmende qíngshì

相當 危急 ， 全國 上下 一定要團結 。 如果我
xiāngdāng wéijí ， quánguó shàngxià yídìng yào tuánjié。 rúguǒ wǒ

和 廉將軍 現在吵起架來 ， 不就等於給別人攻打
hàn Liánjiāngjūn xiànzài chǎoqǐjià lái ， bújiù děngyú gěi biérén gōngdǎ

趙國 的好機會嗎 ？ 」
Zhàoguó de hǎojīhuì ma ？ 」

那人聽了藺相如的話 ， 深受 感動 ， 於是在
nàrén tīngle Lìnxiàngrú de huà ， shēnshòu gǎndòng ， yúshì zài

離開藺相如的家之後 ， 他便 直接去拜訪廉頗 ，
líkāi Lìnxiàngrú de jiā zhīhòu ， tā biàn zhíjiē qù bàifǎng Liánpǒ ，

並且把 剛剛 藺相如説的話 ， 一五一十地告訴了
bìngqiě bǎ gānggāng Lìnxiàngrú shuōde huà ， yīwǔyīshí de gàosù le

廉頗 。 廉頗聽了以後 ， 感到既愧疚又佩服 ， 於是
Liánpǒ。 Liánpǒ tīngle yǐhòu ， gǎndào jì kuìjiù yòu pèifú ， yúshì

他就帶著家裡的 藤條 ， 毫不猶豫地 前往 藺相如
tā jiù dàizhe jiālǐ de téngtiáo ， háobùyóuyùde qiánwǎng Lìnxiàngrú

家 ， 想要 親自向 藺相如 道歉 。
jiā ， xiǎngyào qīnzì xiàng Lìnxiàngrú dàoqiàn。

廉頗到藺相如家後 ， 便 脱去 身上的 衣服 ，
Liánpǒ dào Lìnxiàngrú jiāhòu ， biàn tuōqù shēnshàngde yīfú ，

並 恭敬 地 將 藤條 交給 藺相如 ， 然後 跪在 地上
bìng gōngjìng de jiāng téngtiáo jiāogěi Lìnxiàngrú ， ránhòu guìzài dìshàng

說 ： 「 對不起 ， 之前 由於 我 不了解 您 對 國家 的
shuō ： 「 duìbùqǐ ， zhīqián yóuyú wǒ bùliǎojiě nín duì guójiā de

用心 ， 自己 器量 又小 ， 所以 才會 說 您的 壞話 。
yòngxīn ， zìjǐ qìliàng yòuxiǎo ， suǒyǐ cáihuì shuō nínde huàihuà 。

現在 我 知道 您 是 位 有 智慧 又 有 度量 的 人 ， 因此
xiànzài wǒ zhīdào nín shì wèi yǒu zhìhuì yòu yǒu dùliàngde rén ， yīncǐ

特地 前來 向 您 致歉 ， 請 您 打 我 吧 ！」 藺相如
tèdì qiánlái xiàng nín zhìqiàn ， qǐng nín dǎ wǒ ba ！ 」 Lìnxiàngrú

聽到 廉頗 的 話後 ， 隨即 丟下 那根 藤條 ， 伸出
tīngdào Liánpǒde huà hòu ， suíjí diūxià nàgēn téngtiáo ， shēnchū

雙手 扶起 跪在 地上 的 廉頗 ， 並 對 他 說 ： 「 這
shuāngshǒu fúqǐ guìzài dìshàngde Liánpǒ ， bìng duì tā shuō ： 「 zhè

點 小誤會 沒什麼 好在意的 ， 我們 都是 爲了 國家
diǎn xiǎowùhuì méishénme hǎozàiyìde ， wǒmen dōushì wèile guójiā

好 ， 不是 嗎 ？ 」
hǎo ， búshì ma ？ 」

　　廉頗 與 藺相如 在 經歷 了 這件 事 之後 ， 兩人 就
　　Liánpǒ yǔ Lìnxiàngrú zài jīnglì le zhèjiàn shì zhīhòu ， liǎngrén jiù

變成 了 好朋友 ， 一起 盡力 保護 趙國 ， 正因
biànchéng le hǎopéngyǒu ， yìqǐ jìnlì bǎohù Zhàoguó ， zhèngyīn

兩人 同心合力 ， 秦國 就 再也 不敢 欺侮 趙國 了 。
liǎngrén tóngxīnhélì ， Qínguó jiù zài yě bùgǎn qīwǔ Zhàoguó le 。

# Không đánh không quen nhau

2200 năm trước, vào thời chiến quốc, Trung Quốc gồm bảy nước nhỏ hợp thành: nước Tề, Tần, Yên, Hàn, Triệu và Ngụy. Bảy nước này luôn tranh đấu đối lập nhau vì vua mỗi nước đều muốn thống nhất thiên hạ. Trong những nước này, nước Tần là hùng mạnh nhất, nó không ngừng tấn công các nước khác để mở rộng lãnh thổ của mình.

Một lần nọ, nước Tần tấn công nước Triệu, Triệu vì thế yếu nên đã bị nước Tần đánh cho tơi tả. Hoàng đế nước Triệu không còn cách nào khác, đành sai quan viên giỏi nhất nước là Lạn Tương Như đến nước Tần thương thảo chuyện bồi thường. Không ngờ trong quá trình đàm phán, tài trí của Lạn Tương Như đã khiến vua Tần ấn tượng sâu sắc, vua Tần không những ca ngợi ông, mà còn tiếp đãi ông rất tử tế.

Sau khi tin tức này được truyền về nước Triệu, vua Triệu rất vui mừng và khâm phục Lạn Tương Như, trước mặt mọi người khen ngợi khả năng ngoại giao của ông. Sau khi nghe hoàng đế khen ngợi, có người gật đầu đồng ý, nhưng cũng có người tỏ ý không hài lòng. Liêm Pha có địa vị ngang bằng với Lạn Tương Như cảm thấy rất không phục. Mỗi khi nghe vua nhắc đến Lạn Tương Như, ông đều không cho là đúng và nói với bạn bè rằng: "Lạn Tương Như chỉ là giỏi ăn nói, hắn biết điều binh khiển tướng không chứ? Người như vậy có gì để tôn sùng chứ?"

Có người sau khi nghe được lời của Liêm Pha, vô cùng tức giận, sau khi Lạn Tương Như về nước liền lập tức chạy đến nói với ông về lời nói không phải của Liêm Pha. Người này nghĩ sau khi Lạn Tương Như nghe xong sẽ giận dữ, nhưng điều lạ là, Lạn Tương Như chỉ mỉm cười và không có biểu hiện gì cả.

Người này cảm thấy rất bối rối, liền hỏi tại sao Lạn Tương Như không tức giận? Lạn Tương Như bình tĩnh trả lời: "Liêm Pha là người thông minh nhất, dũng mãnh nhất nước Triệu, tài năng của ông ấy vượt xa tôi, ông ấy không phục cũng là đương nhiên. Nay tình thế của chúng ta vô cùng nguy cấp, cả nước nhất định phải đoàn kết. Nếu tôi và Liêm Pha gây hấn với nhau, không phải tạo cơ hội tốt cho người khác tấn công nước Triệu sao?"

Sau khi nghe Lạn Tương Như nói, người này vô

cùng xúc động, nên sau khi rời khỏi nhà Lạn Tương Như, ông liền đến nhà Liêm Pha, kể lại toàn bộ câu chuyện về Lạn Tương Như cho Liêm Pha nghe. Sau khi nghe xong, Liêm Pha cảm thấy hổ thẹn lại rất khâm phục nên đã không chút do dự cầm theo cây roi đích thân đến xin lỗi Lạn Tương Như.

Sau khi Liêm Pha đến nhà Lạn Tương Như, liền cởi bỏ y phục trên người, cung kính giao cây roi cho Lạn Tương Như, rồi quỳ xuống đất và nói: "Xin lỗi, trước đây tôi không hiểu tấm lòng của ngài đối với đất nước, tôi lại nhỏ nhen nên đã nói xấu ngài. Nay tôi đã biết ngài là một người có trí tuệ và độ lượng, nên tôi đặc biệt đến đây tạ lỗi, ngài hãy đánh tôi đi!" Lạn Tương Như nghe xong liền vứt bỏ cây roi, dang hai tay đỡ Liêm Pha dậy, rồi nói: "Chuyện hiểu lầm nhỏ này không đáng để ý, chúng ta đều vì tốt cho đất nước, không phải sao?"

Sau sự việc này, Liêm Pha và Lạn Tương Như hai người đã trở thành bạn tốt của nhau, cùng cố gắng bảo vệ nước Triệu, chính vì hai người đồng tâm hợp lực, nước Tần đã không còn dám bắt nạt nước Triệu nữa.

## (三) 名詞解釋
míngcí jiěshì

| | 生詞 | 漢語拼音 | 解釋 |
|---|---|---|---|
| 1 | 強盛 | qiángshèng | cường thịnh, hùng mạnh |
| 2 | 擴張 | kuòzhāng | mở rộng, bành trướng |
| 3 | 落花流水 | luòhuāliúshuǐ | tan tác, tơi tả |
| 4 | 無可奈何 | wúkěnàihé | không còn cách nào khác |
| 5 | 商討 | shāngtǎo | thương thảo |
| 6 | 賠償 | péicháng | bồi thường |
| 7 | 談判 | tánpàn | đàm phán |
| 8 | 禮遇 | lǐyù | trọng đãi, tiếp đãi long trọng |
| 9 | 欽佩 | qīnpèi | khâm phục |
| 10 | 服氣 | fúqì | phục |
| 11 | 心生不滿 | xīnshēngbùmǎn | bất mãn |
| 12 | 不以為然 | bùyǐwéirán | không cho là đúng |
| 13 | 火冒三丈 | huǒmàosānzhàng | giận dữ |
| 14 | 心平氣和 | xīnpíngqìhé | bình tĩnh hòa nhã |
| 15 | 團結 | tuánjié | đoàn kết |
| 16 | 一五一十 | yīwǔyīshí | đầu đuôi ngọn ngành |
| 17 | 愧疚 | kuìjiù | hổ thẹn |
| 18 | 佩服 | pèifu | khâm phục |
| 19 | 藤條 | téngtiáo | cây roi mây |
| 20 | 毫不猶豫 | háobuyóuyù | không chút do dự |
| 21 | 跪 | guì | quì gối |
| 22 | 器量 | qìliàng | độ lượng |
| 23 | 度量 | dùliàng | độ lượng, khoan dung |
| 24 | 誤會 | wùhuì | hiểu lầm |
| 25 | 同心合力 | tóngxīnhélì | đồng tâm hợp lực |
| 26 | 欺侮 | qīwǔ | bắt nạt |

# 四、不知 變通 的 鄭國 人
## bù zhī biàntōng de Zhèngguórén

　　每個人 難免 都會 遇到 腦筋 轉不過來 ， 或是
měigerén nánmiǎn dōuhuì yùdào nǎojīn zhuǎnbúguòlái ， huòshì

事情 怎麼想 也 想不通 的 時候 ！ 其實 ， 這時
shìqíng zěnmexiǎng yě xiǎngbùtōng de shíhòu ！ qíshí ， zhèshí

只要 有人 稍微 提點 我們 一下 ， 就能 輕鬆 走出
zhǐyào yǒurén shāowéi tídiǎn wǒmen yíxià ， jiùnéng qīngsōng zǒuchū

死胡同了。但是， 如果 真 碰上 了固執的人，
sǐhútóng le 。 dànshì ， rúguǒ zhēn pèngshàng le gùzhí de rén ，

任憑 旁人 說破了嘴，也是 改變不了他們的 想法
rènpíng pángrén shuōpòlezuǐ ， yěshì gǎibiàn bùliǎo tāmende xiǎngfǎ

的。 現在， 我們 就來 看看 一個 堅持己見， 完全
de 。 xiànzài ， wǒmen jiùlái kànkàn yíge jiānchíjǐjiàn ， wánquán

不知變通，而淪為 笑柄 的 故事。
bùzhībiàntōng ， ér lúnwéixiàobǐng de gùshì 。

　　在 戰國 時期， 鄭國 有一個非常 忠厚、
zài Zhànguó shíqí ， Zhèngguó yǒu yíge fēicháng zhōnghòu 、

老實的男子。他雖然不笨，可是在處理事情的
lǎoshí de nánzǐ 。 tā suīrán búbèn ， kěshì zài chǔlǐ shìqíng de

時候，總是和 常人 的方法不一樣，而且從不聽
shíhòu ， zǒngshì hàn chángrén de fāngfǎ bùyíyàng ， érqiě cóng bùtīng

他人的意見，老是依著自己的想法來做事。
tārén de yìjiàn ， lǎoshì yīzhe zìjǐ de xiǎngfǎ lái zuòshì 。

有一天下午，這個男子看著自己 腳上 的
yǒuyìtiān xiàwǔ ， zhège nánzǐ kànzhe zìjǐ jiǎoshàng de

鞋，又破又髒，心想 確實 是該 換 雙 新鞋了。
xié ， yòupò yòuzāng， xīnxiǎng quèshí shì gāi huànshuāng xīnxié le 。

於是， 便決定到 市場 買 雙 新鞋。出發前，
yúshì ， biàn juédìngdào shìchǎng mǎishuāng xīnxié 。 chūfā qián，

他把舊鞋放在一張白紙上，一手按著鞋，一手
tā bǎ jiùxié fàngzài yìzhāng báizhǐ shàng， yìshǒu ànzhe xié， yìshǒu

拿著筆沿著鞋邊細心地描畫。描完後，他開心
názhe bǐ yánzhexiébiān xìxīn de miáohuà。 miáowánhòu， tā kāixīn

地笑了，因爲他 想，這樣一來，就可以直接拿著
de xiàole， yīnwèi tā xiǎng， zhèyàngyìlái， jiù kěyǐ zhíjiē názhe

那張紙， 告訴鞋店老闆，他要買多大的鞋。
nàzhāngzhǐ， gàosù xiédiàn lǎobǎn， tā yàomǎi duōdà de xié。

男子愈 想 愈得意，覺得自己 眞是太 聰明
nánzǐ yù xiǎng yù déyì， juéde zìjǐ zhēnshì tài cōngmíng

了，於是 匆匆 穿上 舊鞋，急忙忙 地出門，
le， yúshì cōngcōng chuānshàng jiùxié， jímángmáng de chūmén，

結果， 沒想到， 這一得意竟把原本拿在 手上
jiéguǒ， méixiǎngdào， zhè yìdéyì jìng bǎ yuánběn názài shǒushàng

的紙隨手一放，人就 出門 了。當他快步走到
de zhǐ suíshǒu yífàng， rén jiù chūmén le。 dāng tā kuàibù zǒudào

鞋店時，立刻 大聲 地對老闆誇耀，自己 幫
xiédiàn shí， lìkè dàshēng de duì lǎobǎn kuāyào， zìjǐ bāng

老闆省了個麻煩，不用再拿出 好幾雙 鞋子， 讓
lǎobǎn shěnglege máfán， búyòng zài náchū hǎojǐshuāng xiézi， ràng

他 一雙雙 試穿 了，因爲他想了個 聰明的
tā yìshuāngshuāng shìchuān le， yīnwèi tā xiǎnglege cōngmíngde

辦法！
bànfǎ！

話 才 剛 説 完 ， 男子 就 開始 東摸摸 西找找 ，
huà cáigāng shuōwán ， nánzǐ jiù kāishǐ dōngmōmō xīzhǎozhǎo ，

想 掏出 那張紙 來 炫耀 。 但是 ， 找來找去 就是
xiǎng tāochū nàzhāngzhǐ lái xuànyào 。 dànshì ， zhǎoláizhǎoqù jiùshì

找 不 到 。 最後 ， 他 只好 向 老闆 道歉 ， 然後 懊惱
zhǎobúdào 。 zuìhòu ， tā zhǐhǎo xiàng lǎobǎn dàoqiàn ， ránhòu àonǎo

地 跑回家去 ， 結果 一到家 ， 就 發現 那張紙 原來
de pǎohuíjiāqù ， jiéguǒ yídàojiā ， jiù fāxiàn nàzhāngzhǐ yuánlái

好 端端 地 躺在 桌上 ， 這 讓 他 覺得 又 好氣
hǎoduānduān de tǎngzài zhuōshàng ， zhè ràng tā juéde yòuhǎoqì

又 好笑 。 沒辦法 ， 爲了 盡快 買到 鞋子 ， 他 只好
yòuhǎoxiào 。 méibànfǎ ， wèile jìnkuài mǎidào xiézi ， tā zhǐhǎo

拿著 那張紙 ， 再 跑 一趟 鞋店 。
názhe nàzhāngzhǐ ， zài pǎoyítàng xiédiàn 。

由於 一來一回 耗掉 了 不少 時間 ， 男子 怕
yóuyú yìláiyìhuí hàodiào le bùshǎo shíjiān ， nánzǐ pà

鞋店 就要 關門 了 ， 所以 跑得 快極了 。 等 他 到了
xiédiàn jiùyào guānmén le ， suǒyǐ pǎode kuàijíle 。 děng tā dàole

鞋店 門口 ， 早已 氣喘吁吁 ， 上氣不接下氣 ！ 但
xiédiàn ménkǒu ， zǎoyǐ qìchuǎnxūxū ， shàngqìbùjiēxiàqì ！ dàn

鞋店 還是 打烊 了 ， 這時 ， 只見 男子 拿著 那張
xiédiàn háishì dǎyáng le ， zhèshí ， zhǐjiàn nánzǐ názhe nàzhāng

描好 鞋底 的 紙 ， 呆呆地 站在 鞋店 門口 。 路過
miáohǎo xiédǐ de zhǐ ， dāidāi de zhànzài xiédiàn ménkǒu 。 lùguò

的 人 看見 他 動也不動 ， 便 好奇地 問 他 發生 了
de rén kànjiàn tā dòngyěbúdòng ， biàn hàoqí de wèn tā fāshēng le

什麼事 ， 他 便 將 事情 的 經過 完完整整 説了
shénmeshì ， tā biàn jiāng shìqíng de jīngguò wánwánzhěngzhěng shuōle

一遍 ， 路人 聽完後 ， 百般不解地 問 他 ： 「 你 忘了
yíbiàn ， lùrén tīngwánhòu ， bǎibānbùjiě de wèn tā ： 「 nǐ wàngle

帶　手上　這張　紙，也沒關係啊！你直接　試穿
dài shǒushàng zhèzhāng zhǐ ， yě méiguānxi a ！ nǐ zhíjiē shìchuān

不就行了嗎？」　沒想到 他還是 反應不過來，竟
bújiùxínglema ？ 」 méixiǎngdào tā háishì fǎnyìng búguòlái ， jìng

回答路人說：「那可不行！因為我　這雙　舊鞋
huídá lùrén shuō ： 「 nàkěbùxíng ！ yīnwèi wǒ zhèshuāng jiùxié

的尺寸　剛剛好　，穿起來舒服極了，如果不照這
de chǐcùn gānggānghǎo ， chuānqǐlái shūfújíle ， rúguǒ búzhào zhè

尺寸買，肯定會磨腳的！所以我一定要回去拿
chǐcùn mǎi ， kěndìng huì mójiǎode ！ suǒyǐ wǒ yídìng yào huíqù ná

才行！」
cáixíng ！ 」

# Một người không linh hoạt

(二) 譯文
yìwén

　　Mỗi người chúng ta đôi lúc khó tránh khỏi những lúc đầu óc không hoạt động kịp, hay nghĩ mãi vẫn không ra một việc nào đó! Thật ra, lúc này chỉ cần ai đó nhắc nhở một chút, chúng ta sẽ có thể dễ dàng ra khỏi ngõ cụt. Tuy nhiên, nếu gặp phải một người cố chấp, dù người khác có nói rách cả miệng, cũng không thể thay đổi suy nghĩ của họ. Bây giờ, chúng ta hãy xem một câu chuyện về một người chỉ khăng khăng giữ ý kiến riêng, hoàn toàn không linh hoạt, để rồi trở thành một trò cười cho mọi người nhé.

Vào thời chiến quốc, nước Trịnh có một người rất trung hậu, thật thà. Tuy anh ta không ngốc, nhưng khi giải quyết vấn đề, lúc nào cũng khác người, lại không nghe ý kiến của người khác, luôn làm theo cách riêng của mình.

Một buổi chiều nọ, anh ta nhìn vào đôi giày của mình, vừa mòn vừa dơ, thầm nghĩ đã đến lúc phải mua một đôi giày mới. Vì vậy, anh ta quyết định ra chợ để mua một đôi giày mới. Trước khi đi, anh ta đặt đôi giày cũ lên một tờ giấy trắng, một tay giữ giày, một tay cầm bút cẩn thận vẽ theo cạnh của giày. Sau khi vẽ xong, anh ta bật cười vì nghĩ rằng, chỉ cần cầm theo mảnh giấy đó rồi nói với chủ tiệm giày, anh ta muốn đôi giày cỡ nào là được.

Anh ta càng nghĩ càng đắc ý, cảm thấy bản thân thật sự quá thông minh, nên đã vội vàng xỏ vào đôi giày cũ rồi vội vã đi ra ngoài, không ngờ rằng chính sự đắc ý này đã khiến anh ta để quên tờ giấy ở nhà rồi rời đi. Khi anh ta bước nhanh đến tiệm giày, liền lớn tiếng khoe với ông chủ rằng mình đã giúp ông chủ giảm bớt phiền phức, không cần đem nhiều đôi giày ra rồi thử từng đôi một, vì anh ta đã nghĩ ra một cách rất thông minh!

Nói xong, anh ta bắt đầu luống cuống tìm kiếm, muốn lấy tờ giấy ra để khoe nhưng tìm hoãi vẫn không thấy. Cuối cùng, anh ta đành xin lỗi ông chủ, rồi buồn bã chạy về nhà. Vừa đến nhà đã nhìn thấy mảnh giấy đang nằm trên bàn khiến anh ta cảm thấy vừa bực mình vừa buồn cười. Không còn cách nào khác, vì muốn nhanh chóng mua được giày, anh ta đành cầm tờ giấy đó rồi chạy nhanh đến tiệm giày lần nữa.

Do chạy đi chạy về tốn rất nhiều thời gian, anh ta sợ tiệm giày đóng cửa nên đã chạy thật nhanh. Khi đến trước cửa tiệm, anh ta gần như đã hết hơi, thở không nổi nữa! Nhưng tiệm giày đã đóng cửa, anh chỉ biết đứng ngơ ra trước cửa tiệm, tay cầm tờ giấy vẽ đôi giày. Người qua đường nhìn thấy, liền tò mò hỏi đã xảy ra chuyện gì, anh ta liền kể hết mọi chuyện, người qua đường nghe xong thắc mắc hỏi: "Anh quên đem theo tờ giấy này cũng không sao mà! Anh thử trực tiếp là được rồi?" Không ngờ anh chàng vẫn chưa nghĩ thông, lại trả lời rằng: "Không được! Vì cỡ giày cũ của tôi rất vừa chân, mang vào rất thoải mái, nếu không mua đúng cỡ giày này nhất định sẽ bị đau chân! Nên tôi nhất định phải về nhà lấy mới được!"

## (三) 名詞解釋
míngcí jiěshì

| | 生詞 | 漢語拼音 | 解釋 |
|---|---|---|---|
| 1 | 腦筋 | nǎojīn | suy nghĩ, đầu óc |
| 2 | 提點 | tídiǎn | nhắc nhở |
| 3 | 輕鬆 | qīngsōng | thư giãn |
| 4 | 固執 | gùzhí | cố chấp |
| 5 | 堅持 | jiānchí | kiên trì |
| 6 | 胡同 | hútóng | đường hẻm |
| 7 | 任憑 | rènpíng | mặc dù, dù cho |
| 8 | 笑柄 | xiàobǐng | trò cười, trò hề |
| 9 | 忠厚 | zhōnghòu | trung hậu, thật thà |
| 10 | 老實 | lǎoshí | thành thật |
| 11 | 描畫 | miáohuà | phác họa |
| 12 | 得意 | déyì | đắc ý |
| 13 | 誇耀 | kuāyào | khoe khoang |
| 14 | 麻煩 | máfán | phiền phức |
| 15 | 掏 | tāo | lấy ra, móc ra |
| 16 | 懊惱 | àonǎo | chán nản, buồn phiền |
| 17 | 盡快 | jìnkuài | càng nhanh càng tốt |
| 18 | 氣喘吁吁 | qìchuǎnxūxū | hết hơi |
| 19 | 打烊 | dǎyáng | đóng cửa |
| 20 | 好奇 | hàoqí | hiếu kỳ, tò mò |
| 21 | 完整 | wánzhěng | hoàn chỉnh |
| 22 | 直接 | zhíjiē | trực tiếp |
| 23 | 反應 | fǎnyìng | phản ứng |
| 24 | 舒服 | shūfú | thoải mái |

# 五、天才 長大 了之後……
## tiāncái zhǎngdà le zhīhòu

㈠ 文章
Wénzhāng

一千 多 年 以前，在 中國 的 宋朝 ，有一個
yìqiān duōnián yǐqián ， zài Zhōngguó de Sòngcháo ， yǒu yíge

名叫 金谿 的 小村子。村子裡的 居民 大多 都是
míngjiào Jīnxī de xiǎo cūnzi 。 cūnzi lǐ de jūmín dàduō dōu shì

農夫， 正 因為世世代代都以 務農 為生 ， 所以
nóngfū ， zhèng yīnwèi shìshìdàidài dōu yǐ wùnóng wéishēng ， suǒyǐ

幾乎都沒 上 過學，也沒讀過書。
jīhū dōu méi shàngguòxué ， yě méi dú guòshū 。

有一天，奇怪的事發生了。在這個沒 什麼
yǒuyìtiān ， qíguài de shì fāshēng le 。 zài zhège méi shénme

讀書風氣的地方，竟然 出現 了一個愛讀書的
dúshū fēngqì de dìfāng ， jìngrán chūxiàn le yíge ài dúshū de

孩子。這個孩子名叫 方仲永 ，據說他五歲的
háizi 。 zhège háizi míngjiào Fāngzhòngyǒng ， jùshuō tā wǔsuì de

時候， 就 向 他爸媽 吵著說他 想要 紙和筆，他
shíhòu ， jiù xiàng tā bàmā chǎozhe shuō tā xiǎngyào zhǐ hàn bǐ ， tā

的父母覺得非常驚訝，因為 仲永 從來沒 上
de fùmǔ juédé fēicháng jīngyà ， yīnwèi Zhòngyǒng cónglái méi shàng

過學，也沒看過紙筆，怎麼會知道這些東西，
guòxué ， yě méi kàn guò zhǐbǐ ， zěnme huì zhīdào zhèxiē dōngxi ，

還能 說出它們的名字呢？但是為了不讓 仲永
hái néng shuōchū tāmen de míngzì ne ？ dànshì wèile búràng Zhòngyǒng

一直哭，所以他的父母還是 向 鄰居們借了紙筆
yìzhí kū ， suǒyǐ tā de fùmǔ háishì xiàng línjū men jiè le zhǐbǐ

拿給 仲 永 。
nágěi Zhòngyǒng 。

沒想到 ， 仲永 一拿到紙和筆，竟然立刻
méixiǎngdào ， Zhòngyǒng yì nádào zhǐ hàn bǐ ， jìngrán lìkè

寫出了一首詩。這首詩主要是在說 照顧父母、
xiěchū le yìshǒu shī 。 zhè shǒu shī zhǔyào shì zài shuō zhàogù fùmǔ 、

團結 鄉民 的 重要 ，不僅如此， 仲永 還爲這
tuánjié xiāngmín de zhòngyào ， bùjǐnrúcǐ ， Zhòngyǒng hái wèi zhè

首 詩取了一個名字。這件神奇的事 傳 遍了 整個
shǒu shī qǔ le yíge míngzì 。 zhè jiàn shénqí de shì chuánbiàn le zhěngge

金谿村 ，甚至連金谿附近的其他村子都 聽說
Jīnxīcūn ， shènzhì lián Jīnxī fùjìn de qítā cūnzi dōu tīngshuō

了 方仲永 的事蹟。就這樣， 仲永 的 名聲
le Fāngzhòngyǒng de shìjī 。 jiù zhèyàng ， Zhòngyǒng de míngshēng

愈來愈大，大到 常常 有許多人從各地跑來
yùláiyùdà ， dà dào chángcháng yǒu xǔduō rén cóng gèdì pǎo lái

金谿村，個個都 想 認識 仲永 ，而且都 希望
Jīnxīcūn ， gègè dōu xiǎng rènshì Zhòngyǒng ， érqiě dōu xīwàng

能 親眼見到 仲永 寫詩，而 仲永 也從沒 讓
néng qīnyǎn jiàndào Zhòngyǒng xiěshī ， ér Zhòngyǒng yě cóngméi ràng

大家 失望 過。 每當 有人來看他時，只要提及
dàjiā shīwàng guò 。 měidāng yǒu rén lái kàn tā shí ， zhǐyào tíjí

某個物品，他就能根據那 項 物品的特質，寫出
mǒuge wùpǐn ， tā jiùnéng gēnjù nà xiàng wùpǐn de tèzhí ， xiě chū

一首優美的詩來，不僅如此，那些詩句裡還蘊含
yìshǒu yōuměi de shī lái ， bùjǐnrúcǐ ， nàxiē shījù lǐ hái yùnhán

了深刻的道理，讓人忍不住一讀再讀。
le shēnkè de dàolǐ ， ràngrén rěnbúzhù yìdúzàidú 。

來見 仲永 的人，看到他如此多才，開心
lái jiàn Zhòngyǒng de rén，kàndào tā rúcǐ duōcái，kāixīn

之餘，或多或少都會給他一點錢，或是買下
zhīyú，huòduōhuòshǎo dōu huì gěi tā yìdiǎn qián，huòshì mǎixià

他寫的詩帶回家收藏。 仲永 父母見到自己
tā xiě de shī dài huíjiā shōucáng。Zhòngyǒng fùmǔ jiàndào zìjǐ

的孩子，隨隨便便寫幾個字就能 賺錢，高興
de háizi，suísuíbiànbiàn xiě jǐge zì jiù néng zuànqián，gāoxìng

極了！以前他們兩夫妻辛辛苦苦下田耕作，
jí le！yǐqián tāmen liǎng fūqī xīnxīnkǔkǔ xiàtián gēngzuò，

早出晚歸，但賺的錢可真是少得可憐！於是
zǎochūwǎnguī，dàn zuàn de qián kě zhēnshì shǎode kělián！yúshì

他們便決定不再下田了，一家就靠 仲永 的詩
tāmen biàn juédìng búzài xiàtián le，yìjiā jiù kào Zhòngyǒng de shī

來賺錢。從那時起，只見 仲永 的父親 整天
lái zuànqián。cóng nàshí qǐ，zhǐjiàn Zhòngyǒng de fùqīn zhěngtiān

帶著 仲永 在金谿村或是附近的 村莊 炫耀
dàizhe Zhòngyǒng zài Jīnxīcūn huòshì fùjìn de cūnzhuāng xuànyào

仲永 的才華，希望利用 仲永 的聰明才智來
Zhòngyǒng de cáihuá，xīwàng lìyòng Zhòngyǒng de cōngmíngcáizhì lái

使整個家庭愈來愈富有。
shǐ zhěngge jiātíng yùláiyù fùyǒu。

由於跟著父親 整天 在外頭奔跑， 仲永
yóuyú gēnzhe fùqīn zhěngtiān zài wàitóu bēnpǎo，Zhòngyǒng

並沒有機會進學校好好念書。在 荒廢學習
bìng méiyǒu jīhuì jìn xuéxiào hǎohǎo niànshū。zài huāngfèi xuéxí

的 情況 下， 仲永 寫的詩便日漸乏味了。到了
de qíngkuàng xià，Zhòngyǒng xiě de shī biàn rìjiàn fáwèi le。dàole

十二、十三歲時，他的作品已經不堪一讀。而
shíèr、shísān suì shí，tā de zuòpǐn yǐjīng bùkān yìdú。ér

到了二十歲左右， 仲永 竟然和金谿村裡沒有
dàole èrshí suì zuǒyòu， Zhòngyǒng jìngrán hàn Jīnxīcūn lǐ méiyǒu

上 過學、念過書的農夫一樣普通， 所以也不再
shàng guòxué、 niànguòshū de nóngfū yíyàng pǔtōng， suǒyǐ yě búzài

有人去拜訪 仲永 ，或是買 仲永 寫的詩了。
yǒurén qù bàifǎng Zhòngyǒng， huòshì mǎi Zhòngyǒng xiě de shī le 。

像 仲永 這樣 聰明 的孩子，原本 應該
xiàng Zhòngyǒng zhèyàng cōngmíng de háizi ， yuánběn yīnggāi

擁有 大好前程的，卻因爲父母短視近利，沒 能
yōngyǒu dàhǎoqiánchéng de ， quèyīnwèi fùmǔ duǎnshìjìnlì ， méinéng

好好栽培孩子，讓孩子繼續深造，最後白白埋沒
hǎohǎo zāipéi háizi ， ràng háizi jìxù shēnzào ， zuìhòu báibái máimò

了 仲永 過人的才華，實在是太可惜了！
le Zhòngyǒng guòrén de cáihuá ， shízài shì tài kěxí le ！

# Thiên tài sau khi lớn lên...

(二) 譯文
yìwén

　　Hơn một ngàn năm trước, vào đời Tống, có một ngôi làng nhỏ tên là Kim Khê. Cư dân trong làng chủ yếu là nông dân, vì các thế hệ đều sống bằng nghề nông, nên hầu như đều chưa từng đi học, cũng chưa từng đọc qua sách vở.

　　Một ngày nọ, điều kỳ lạ đã xảy ra. Tại nơi chưa từng đọc sách này, lại xuất hiện một đứa trẻ mê đọc sách. Đứa trẻ này tên là Phương Trọng Vĩnh, tương truyền khi lên 5 đã đòi cha mẹ giấy và bút. Cha mẹ cậu vô cùng ngạc nhiên, vì Trọng Vĩnh chưa từng được đến trường, cũng chưa từng nhìn thấy giấy bút, làm thế nào biết được những thứ này, lại còn nói được tên của chúng? Nhưng vì không muốn Trọng Vĩnh khóc mãi, cha mẹ cậu đã mượn hàng xóm giấy bút để đưa cho cậu.

Không ngờ, Trọng Vĩnh vừa cầm lấy giấy và bút, đã lập tức viết được một bài thơ. Bài thơ này chủ yếu nói về sự quan trọng của việc chăm sóc cha mẹ, đoàn kết dân làng; không chỉ có vậy, Trọng Vĩnh còn đặt tên cho bài thơ này nữa. Câu chuyện thần kỳ này được truyền khắp thôn Kim Khê, thậm chí những thôn bên cạnh cũng nghe đến câu chuyện của Trọng Vĩnh. Cứ như thế, Trọng Vĩnh ngày càng nổi tiếng, đến nỗi rất nhiều người từ những thôn khác tìm đến thôn Kim Khê, ai nấy đều muốn gặp Trọng Vĩnh, còn muốn được tận mắt nhìn thấy Trọng Vĩnh làm thơ, còn Trọng Vĩnh chưa bao giờ để mọi người thất vọng. Khi có người đến gặp, họ chỉ cần nhắc đến một đồ vật bất kỳ, Trọng Vĩnh có thể căn cứ theo đặc tính của món đồ mà sáng tác nên một bài thơ hay tuyệt mỹ. Không chỉ có vậy, những bài thơ đó còn chứa đựng những đạo lý sâu sắc, khiến mọi người không ngừng đọc đi đọc lại.

Những người đến gặp Trọng Vĩnh, nhìn thấy cậu đa tài như vậy, dù nhiều hay ít cũng cho cậu ít tiền, hoặc mua bài thơ do cậu viết đem về nhà lưu giữ. Cha mẹ Trọng Vĩnh thấy con mình tùy ý viết vài chữ đã có thể kiếm được tiền, vui mừng khôn xiết! Trước đây hai vợ chồng phải vất vả ra đồng canh tác, đi sớm về khuya, nhưng tiền kiếm được ít đến tội nghiệp! Do đó hai người quyết định không ra đồng nữa, ở nhà kiếm tiền nhờ vào tài thơ của Trọng Vĩnh. Từ lúc đó trở đi, chỉ thấy cha của Trọng Vĩnh dẫn theo cậu đi khắp thôn Kim Khê hay những thôn lân cận khoe khoang tài năng của cậu, hi vọng có thể lợi dụng trí thông minh của Trọng Vĩnh giúp gia đình giàu có hơn.

Do cả ngày theo cha đi đây đó, Trọng Vĩnh không có cơ hội đến trường học tập. Mãi bỏ bê việc học nên những bài thơ Trọng Vĩnh viết ngày càng nhàm chán. Khi lên 12, 13, tác phẩm của cậu dở không thể đọc nổi nữa. Đến gần 20, trình độ của Trọng Vĩnh chỉ ngang bằng những người nông dân chưa từng đến trường chưa từng đọc sách, vậy nên không còn ai đến thăm

Trọng Vĩnh hay mua thơ cậu viết nữa.

Những đứa trẻ thông minh như Trọng Vĩnh, vốn sẽ có một tương lai tốt đẹp, nhưng lại vì lợi ích thiển cận của cha mẹ, không cố gắng nuôi dưỡng con trẻ để chúng tiếp tục học tập, cuối cùng lại lãng phí chôn vùi tài hoa của con trẻ, thật đáng tiếc vô cùng!

## (三)名詞解釋
míngcí jiěshì

|   | 生詞 | 漢語拼音 | 解釋 |
|---|------|----------|------|
| 1 | 角落 | jiǎoluò | góc |
| 2 | 農作物 | nóngzuòwù | vật dụng nông nghiệp |
| 3 | 養家活口 | yǎngjiāhuókǒu | nuôi gia đình |
| 4 | 百姓 | bǎixìng | người dân thường, bách tính |
| 5 | 驚訝 | jīngyà | ngạc nhiên, kinh ngạc |
| 6 | 團結 | tuánjié | đoàn kết |
| 7 | 重要性 | zhòngyàoxìng | tầm quan trọng |
| 8 | 神奇 | shénqí | thần kỳ |
| 9 | 親眼 | qīnyǎn | tận mắt |
| 10 | 特質 | tèzhí | đặc tính, tính chất |
| 11 | 蘊含 | yùnhán | bao hàm, hàm ý |
| 12 | 深刻 | shēnkè | sâu sắc |
| 13 | 欣賞 | xīnshǎng | thưởng thức, tán thưởng |
| 14 | 收藏 | shōucáng | sưu tầm |
| 15 | 耕作 | gēngzuò | canh tác |

| | 生詞 | 漢語拼音 | 解釋 |
|---|---|---|---|
| 16 | 炫耀 | xuànyào | khoe khoang, khoa trương |
| 17 | 才智 | cáizhì | tài trí |
| 18 | 讚歎 | zàntàn | ca ngợi, tán thưởng |
| 19 | 驚豔 | jīngyàn | kinh ngạc |
| 20 | 拜訪 | bàifǎng | thăm hỏi, thăm viếng |
| 21 | 貪心 | tānxīn | tham lam |
| 22 | 愚笨 | yúbèn | ngu ngốc |
| 23 | 錯過 | cuòguò | bỏ lỡ |
| 24 | 可惜 | kěxí | đáng tiếc |

# 六、可怕的謠言
## kěpà de yáoyán

(一) 文章
Wénzhāng

很久以前，在一個叫做「費」的小鎮，住著
hěnjiǔyǐqián ， zài yíge jiàozuò「Bì」de xiǎozhèn， zhùzhe

一位叫 曾參 的男子，他不但 品行端正 也 非常
yíwèi jiàoZēngshēn de nánzǐ， tā búdàn pǐnxìngduānzhèng yě fēicháng

孝順 ，很受大家歡迎。在費，有另一個居民也
xiàoshùn， hěnshòu dàjiā huānyíng。 zài Bì， yǒu lìngyíge jūmín yě

叫做 曾參 ，但是他的個性卻和好人 曾參 完全
jiàozuò Zēngshēn， dànshì tāde gèxìng quèhàn hǎorén Zēngshēn wánquán

不一樣，是個喜歡欺負別人的壞人。
bùyíyàng， shì ge xǐhuān qīfù biérén de huàirén。

有一天，壞人 曾參 殺了人，這件事被住在
yǒuyìtiān， huàirén Zēngshēn shālerén， zhèjiànshì bèi zhùzài

費的人們知道了，但是鄰居們不清楚：究竟好人
Bì de rénmen zhīdàole， dànshì línjūmen bùqīngchǔ： jiūjìng hǎorén

曾參 是 凶手？還是壞人 曾參 才是 凶手？
Zēngshēn shì xiōngshǒu？ háishì huàirén Zēngshēn cáishì xiōngshǒu？

於是其中一位鄰居去 曾參 家，告訴 曾參 的
yúshì qízhōng yíwèi línjū qù Zēngshēn jiā， gàosù Zēngshēn de

媽媽說：「你的兒子 曾參 殺了人！」 曾參 的
māmā shuō：「 nǐ de érzi Zēngshēn shālerén！」 Zēngshēn de

母親聽到這句話，不但沒有露出驚訝的表情，
mǔqīn tīngdào zhèjùhuà， búdàn méiyǒu lòuchū jīngyà de biǎoqíng，

反而繼續 悠閒 地織布 ， 並且對那位鄰居 説 ：
fǎnér　jìxù　yōuxián de　zhībù　，　bìngqiě duì nàwèi　línjū shuō ：

「我的兒子不可能殺人。」那位鄰居聽到這句話
「 wǒ de　érzi　bùkěnéng shārén 。」　nàwèi　línjū tīngdào zhèjùhuà

後，非常 疑惑地離開了 曾參 的家。
hòu，fēicháng yíhuò de　líkāile　Zēngshēn de jiā

但後來愈來愈多人聽説 曾參 殺了人的
dàn hòulái　yùláiyùduōrén　tīngshuō Zēngshēn　shālerén　de

消息，所以又有第二位鄰居跑去 曾參 家，告訴
xiāoxí ，　suǒyǐ yòuyǒu dièrwèi　línjū pǎoqù Zēngshēn jiā ，　gàosù

曾參 的母親：「你的兒子 曾參 殺人了！」
Zēngshēn de mǔqīn ：「 nǐ de　érzi　Zēngshēn　shārénle ！」

曾參 的母親聽了之後，依然 非常 冷靜地繼續
Zēngshēn de mǔqīn tīngle zhīhòu ，　yīrán fēicháng lěngjìngde　jìxù

織布，不理會那位鄰居。
zhībù ，　bùlǐhuì　nàwèi línjū 。

過了不久， 曾參 殺人一事 傳 遍了
guòlebùjiǔ　，　Zēngshēn　shārén　yíshì　chuánbiànle

大街小巷，於是又有一個鄰居　慌慌張張　地
dàjiēxiǎoxiàng ，　yúshì yòuyǒu yíge　línjū huānghuāngzhāngzhāng de

來到 曾參 家，急忙忙 地告訴 曾參 的母親説 ：
láidào Zēngshēn jiā ，　jímángmáng de gàosù Zēngshēn de mǔqīn shuō ：

「你的兒子 曾參 殺人了！」接二連三的 謠言，
「 nǐ de　érzi Zēngshēn shārénle ！」　jiēèrliánsānde　yáoyán ，

讓 原本 相信兒子的母親也不禁開始懷疑了！
ràng yuánběn xiàngxìn　érzi　de mǔqīn yě bùjīn kāishǐ　huáiyíle　！

帶著疑惑的心情， 曾參 母親的 心中 充滿了
dàizhe　yíhuòde　xīnqíng ，　Zēngshēn mǔqīn de xīnzhōng chōnmǎnle

緊張 與害怕，擔心自己的兒子真的就是 凶手 。
jǐnzhāng yǔ hàipà ，　dānxīn zìjǐ　de　érzi　zhēnde jiùshì xiōngshǒu 。

於是， 立刻停下工作， 扔下 手中 的織布
yúshì ， likè tíngxià gōngzuò ， rēngxià shǒuzhōng de zhībù

器具， 準備逃走， 可是又害怕從大門離開會被
qìjù ， zhǔnbèi táozǒu ， kěshì yòu hàipà cóng dàmén líkāi huì bèi

鄰居們看到，所以就偷偷地爬牆逃跑了。
línjūmen kàndào ， suǒyǐ jiù tōutōude páqiáng táopǎole 。

這個故事讓我們了解到，即使是像 曾參
zhège gùshì ràng wǒmen liǎojiědào ， jíshǐ shì xiàng Zēngshēn

這樣 品行端正的人，加上 有一位了解自己孩子
zhèyàng pǐnxìngduānzhèngderén ， jiāshàng yǒu yíwèi liǎojiě zìjǐ háizi

的母親，都還是難免會受到謠言的影響了，
de mǔqīn ， dōu háishì nánmiǎn huì shòudào yáoyán de yǐngxiǎngle ，

更何況 是我們一般人呢？謠言真是可怕啊！
gènghékuàng shì wǒmen yìbānrén ne ？ yáoyán zhēnshì kěpà a ！

# Tin đồn thật đáng sợ

(二) 譯文
yìwén

    Ngày xửa ngày xưa, ở một thị trấn nhỏ tên là "Phí", có một người đàn ông tên là Tăng Sâm, ông không chỉ cư xử đúng mực lại còn rất hiếu thuận, được mọi người quý mến. Tại Phí, cũng có một người tên Tăng Sâm, nhưng người này có tính cách hoàn toàn khác với Tăng Sâm tốt, là một kẻ xấu thích bắt nạt người khác.

Một ngày nọ, Tăng Sâm xấu giết người, cả thị trấn Phí đều biết, nhưng họ không biết rốt cuộc hung thủ là Tăng Sâm tốt hay là Tăng Sâm xấu? Do đó, có một người hàng xóm đến nhà Tăng Sâm, nói với mẹ ông rằng: "Con của bà, Tăng Sâm giết người rồi!" Mẹ của Tăng Sâm nghe xong, không những không ngạc nhiên mà còn tiếp tục thong dong dệt vải, trả lời với người hàng xóm rằng: "Con trai tôi không thể nào giết người." Người hàng xóm nghe xong, cảm thấy rất bối rối nên rời đi. Nhưng sau đó ngày càng nhiều người nghe tin Tăng Sâm giết người, do đó người hàng xóm thứ hai lại chạy đến nhà Tăng Sâm, nói với mẹ ông rằng: "Con của bà, Tăng Sâm giết người rồi!" Mẹ của Tăng Sâm nghe xong, vẫn rất bình tĩnh tiếp tục dệt vải, phớt lờ người hàng xóm đó.

Không lâu sau, chuyện Tăng Sâm giết người lan truyền khắp mọi ngõ ngách, do đó lại có một người hàng xóm hối hã chạy đến nhà Tăng Sâm, vội vàng nói với mẹ ông rằng: "Con của bà, Tăng Sâm giết người rồi!" Liên tiếp nghe thấy những tin đồn như thế, khiến cho bà mẹ vốn dĩ rất tin tưởng con mình bắt đầu cảm thấy nghi ngờ! Cùng với tâm trạng bối rối, mẹ của Tăng Sâm cảm thấy vô cùng căng thẳng và sợ hãi, lo rằng con mình chính là hung thủ. Vì vậy, bà lập tức ngưng việc, ném bỏ dụng cụ dệt vải trong tay chuẩn bị bỏ trốn, nhưng lo sợ hàng xóm nhìn thấy, nên bà đã bí mật trèo tường bỏ chạy.

Câu chuyện này giúp chúng ta hiểu được rằng, dù Tăng Sâm là một người có phẩm hạnh đoan chính như thế nào, cộng thêm một người mẹ hiểu rõ con mình, đều khó tránh khỏi bị những tin đồn làm ảnh hưởng, huống chi là người bình thường chúng ta chứ? Tin đồn thật sự rất đáng sợ!

## 三 名詞解釋
míngcí jiěshì

|  | 生詞 | 漢語拼音 | 解釋 |
|---|---|---|---|
| 1 | 謠言 | yáoyán | tin đồn |
| 2 | 可怕 | kěpà | đáng sợ |
| 3 | 品行端正 | pǐnxìngduānzhèng | phẩm hạnh tốt, đoan chính |
| 4 | 孝順 | xiàoshùn | hiếu thảo, hiếu thuận |
| 5 | 受歡迎 | shòuhuānyíng | được yêu thích, quý mến |
| 6 | 居民 | jūmín | cư dân |
| 7 | 欺負 | qīfù | bắt nạt, ức hiếp |
| 8 | 殺 | shā | giết |
| 9 | 鄰居 | línjū | hàng xóm |
| 10 | 凶手 | xiōngshǒu | kẻ giết người, hung thủ |

| | 生詞 | 漢語拼音 | 解釋 |
|---|---|---|---|
| 11 | 驚訝 | jīngyà | ngạc nhiên, kinh ngạc |
| 12 | 悠閒 | yōuxián | thư giãn, thong dong |
| 13 | 愈來愈…… | yùláiyù | ngày càng … |
| 14 | 疑惑 | yíhuò | nghi ngờ |
| 15 | 織布 | zhībù | dệt vải |
| 16 | 冷靜 | lěngjìng | bình tĩnh |
| 17 | 繼續 | jìxù | tiếp tục |
| 18 | 依然 | yīrán | còn |
| 19 | 理會 | lǐhuì | nhận thấy |
| 20 | 大街小巷 | dàjiēxiǎoxiàng | mọi ngõ ngách, khắp nơi |
| 21 | 慌慌張張 | huānghuāngzhāngzhāng | vội vàng, cuống cuồng |
| 22 | 急忙忙 | jímángmáng | vội vàng, vội vã |
| 23 | 緊張 | jǐnzhāng | căng thẳng |
| 24 | 擔心 | dānxīn | lo lắng |
| 25 | 立刻 | lìkè | lập tức |
| 26 | 器具 | qìjù | dụng cụ |
| 27 | 逃走 | táozǒu | trốn chạy |
| 28 | 懼怕 | jùpà | sợ, sợ hãi |
| 29 | 偷偷 | tōutōu | lén lút |
| 30 | 避免 | bìmiǎn | tránh |
| 31 | 動搖 | dòngyáo | lay động, dao động |
| 32 | 懷疑 | huáiyí | nghi ngờ |

# 七、失信的 商人
## shīxìn de shāngrén

(一) 文章
Wénzhāng

在濟陰這個地方，住著一位很有錢的 商人，
zài Jìyīn zhège dìfāng，zhùzhe yíwèi hěnyǒuqián de shāngrén，

他 常常 出外去做生意。每次 遠行，他都
tā chángcháng chūwài qù zuòshēngyì。měicì yuǎnxíng，tā dōu

帶著 滿滿 的貨物出去，一一賣完後，再 換回
dàizhe mǎnmǎn de huòwù chūqù，yīyī màiwán hòu，zài huànhuí

一整船 的金銀珠寶，所以他變得愈來愈有錢。
yìzhěngchuán de jīnyínzhūbǎo，suǒyǐ tā biànde yùláiyù yǒuqián。

然而 商人 並不因此而滿足，他總覺得自己 身邊
ránér shāngrénbìng bù yīncǐ ér mǎnzú，tā zǒng juéde zìjǐ shēnbiān

的錢還不夠多，所以他把財富看得 相當 重，
de qián hái búgòu duō，suǒyǐ tā bǎ cáifù kàn de xiāngdāng zhòng，

若非十分必要，絕不輕易花錢。
ruò fēi shífēn bìyào，jué bù qīngyì huāqián。

有一天，他和 往常 一樣，準備要去 遠方
yǒuyìtiān，tā hàn wǎngcháng yíyàng，zhǔnbèiyào qù yuǎnfāng

做生意。一開始， 船 航行 得很順利，但是
zuòshēngyì。yìkāishǐ，chuán hángxíng de hěn shùnlì，dànshì

沒想到 ，到了半路，突然間，叩嘍一聲，
méixiǎngdào，dào le bànlù，túránjiān，kòulou yìshēng，

船身 開始傾斜，所有的貨物都掉到水裡去了！
chuánshēn kāishǐ qīngxié，suǒyǒu de huòwù dōudiàodào shuǐlǐ qù le！

原來 船 撞到 了石頭，船底破了個大洞，眼看
yuánlái chuán zhuàngdào le shítóu，chuándǐ pò le ge dàdòng，yǎnkàn

就 快要 沉船 了！ 商人 急急忙忙跳入 水中 ，
jiù kuàiyào chénchuán le ！ shāngrén jíjímángmáng tiàorù shuǐzhōng ，

手 抓浮木， 驚慌 地大聲 求救。這時， 剛好
shǒu zhuā fúmù ， jīnghuāng de dàshēng qiújiù 。 zhèshí ， gānghǎo

有位漁夫經過，聽到了 商人 的求救聲，趕緊
yǒu wèi yúfū jīngguò ， tīngdào le shāngrén de qiújiùshēng ， gǎnjǐn

划過去救他。 商人 見到有人來了， 便 高興 地
huá guòqù jiù tā 。 shāngrén jiàndào yǒu rén lái le ， biàn gāoxìng de

大喊：「我是濟陰的大 商人 ，如果你救了我，
dàhǎn ： 「 wǒshì Jìyīn de dà shāngrén ， rúguǒ nǐ jiù le wǒ ，

我就給你一萬元！」結果，漁夫辛苦地把 受驚
wǒ jiù gěi nǐ yíwànyuán ！ 」 jiéguǒ ， yúfū xīnkǔ de bǎ shòujīng

的 商人救上岸後， 商人 竟然只給他一千元。
de shāngrén jiù shàngàn hòu ， shāngrén jìngrán zhǐ gěi tā yìqiānyuán 。

漁夫不太高興地說：「你 剛剛 說要給我
yúfū bú tài gāoxìng de shuō ： 「 nǐ gānggāng shuō yào gěi wǒ

一萬元的，怎麼現在只給一千元？」 商人 聽
yíwànyuán de ， zěnme xiànzài zhǐ gěi yìqiānyuán ？ 」 shāngrén tīng

了，不但沒有自我反省，還生氣地回說：「你
le ， búdàn méiyǒu zìwǒ fǎnxǐng ， hái shēngqì de huí shuō ： 「 nǐ

不過是個小小的漁夫，一天能有多少收入？
búguò shì ge xiǎoxiǎo de yúfū ， yìtiān néng yǒu duōshǎo shōurù ？

一下子得到了一千元，竟然還不滿足！」漁夫
yíxiàzi dédào le yìqiānyuán ， jìngrán hái bù mǎnzú ！ 」 yúfū

說不過他，只好自認倒楣地走了。
shuōbúguò tā ， zhǐhǎo zìrèn dǎoméi de zǒu le 。

商人 得意洋洋，覺得自己很會說話， 馬上
shāngrén déyìyángyáng ， juéde zìjǐ hěn huì shuōhuà ， mǎshàng

就 省 了九千元。漁夫走後，他趕緊撿起還可以
jiù shěng le jiǔqiānyuán 。 yúfū zǒuhòu ， tā gǎnjǐn jiǎnqǐ hái kěyǐ

用 的貨物，然後按照 原定 的計畫去做生意了。
yòng de huòwù ， ránhòu ànzhào yuándìng de jìhuà qù zuòshēngyì le

過沒多久，他賺足了錢，依著原路搭船回去。
guò méiduōjiǔ ， tā zuàn zú le qián ， yīzhe yuánlù dāchuán huíqù 。

不巧，這回的船夫是個生手，經驗不足，結果
bùqiǎo ， zhèhuí de chuánfū shì ge shēngshǒu ， jīngyàn bùzú ， jiéguǒ

竟然又在上次落水的地方，撞上了石頭！
jìngrán yòu zài shàngcì luòshuǐ de dìfāng ， zhuàngshàng le shítóu ！

商人覺得自己好倒楣，怎麼同樣的意外又發生
shāngrén juéde zìjǐ hǎodǎoméi ， zěnme tóngyàng de yìwài yòufāshēng

了！然而還是逃命要緊，跳到水裡後，一樣
le ！ ránér háishì táomìng yàojǐn ， tiàodào shuǐlǐ hòu ， yíyàng

大聲地喊救命！巧合的是，上次救他的漁夫，
dàshēng de hǎnjiùmìng ！ qiǎohé de shì ， shàngcì jiù tā de yúfū ，

正好也在附近捕魚，可是這回，他聽到商人的
zhènghǎo yě zài fùjìn bǔyú ， kěshì zhèhuí ， tā tīngdào shāngrén de

喊叫，一點也沒有要去救商人的意思。旁邊
hǎnjiào ， yìdiǎn yě méiyǒuyào qù jiù shāngrén de yìsi 。 pángbiān

的人著急地問他：「你為什麼不去救他呢？你
de rén zhāojí de wèn tā ： 「 nǐ wèishénme búqù jiù tā ne ？ nǐ

有船啊，再不快一點，那人就要死了！」漁夫
yǒuchuán a ， zài bú kuàiyìdiǎn ， nà rén jiù yào sǐ le ！ 」 yúfū

淡淡地回答：「這是個不守信用的人，我為什麼
dàndàn de huídá ： 「 zhèshì ge bùshǒuxìnyòng de rén ， wǒ wèishénme

要救他呢？」於是漁夫收起漁網，把船划回
yào jiù tā ne ？ 」 yúshì yúfū shōuqǐ yúwǎng ， bǎ chuán huáhuí

岸邊，看著商人逐漸消失在水中。
ànbiān ， kànzhe shāngrén zhújiàn xiāoshī zài shuǐzhōng 。

# Người thương nhân thất tính

Ở Tề Âm, có một thương nhân rất giàu có, hắn thường đi đây đó làm ăn. Mỗi lần đi xa, hắn đều đem theo rất nhiều hàng hóa, sau khi bán hết đổi được cả thuyền đầy vàng bạc châu báu, vậy nên hắn ngày càng giàu có hơn. Nhưng tên thương nhân này không vì thế mà hài lòng, hắn luôn cảm thấy tiền của mình chưa đủ nhiều, nên hắn rất xem trọng tiền bạc của mình, nếu không thật sự cần thiết, hắn sẽ không dễ dàng tiêu tiền.

Một ngày nọ, như thường lệ, hắn chuẩn bị đi làm ăn xa. Ban đầu, tàu chạy rất ổn, nhưng không ngờ đến nửa đường, đột nhiên, cộc một tiếng, thân tàu bắt đầu nghiêng, toàn bộ hàng hóa đều rơi xuống nước! Thì ra tàu va phải đá, đáy tàu bị thủng một lỗ lớn, tàu có vẻ sắp chìm hẳn rồi! Thương nhân cuống cuồng nhảy xuống nước, tay vớ lấy thanh gỗ, hốt hoảng la lớn kêu cứu. Lúc này có một ngư dân đi ngang qua, nghe thấy tiếng kêu cứu liền hối hả chèo thuyền đến. Thương nhân nhìn thấy có người đến, vui mừng hét toáng lên:

"Ta là thương nhân giàu có ở Tề Âm, nếu ông cứu ta, ta sẽ cho ông một vạn lượng!" Kết quả, sau khi ngư dân vất vả cứu tên thương nhân lên bờ, hắn chỉ đưa ông một ngàn lượng. Ngư dân rất bực tức và nói: "Vừa nãy ông nói cho tôi một vạn lượng, sao bây giờ chỉ có một ngàn lượng?" Thương nhân nghe xong, không những không chút hối lỗi, còn giận dữ nói: "Ngươi chỉ là một tên ngư dân nhỏ bé, một ngày có thể kiếm được bao nhiêu chứ? Mới đó đã có được một ngàn lượng, còn không hài lòng ư?" Ngư dân nói không lại hắn, đành tự nhận mình xui xẻo rồi bỏ đi.

Tên thương nhân rất đắc ý, cảm thấy bản thân rất biết cách ăn nói, lập tức tiết kiệm được chín ngàn lượng. Không lâu sau, hắn đã kiếm đủ tiền, ngồi tàu theo con đường cũ về nhà. Thật không may, người chèo thuyền lần này là một người mới, thiếu kinh nghiệm, do đó lại va vào tảng đá ở nơi đắm tàu lần trước. Thương nhân cảm thấy mình thật xui xẻo, sao tai nạn tương tự lại xảy ra nữa chứ! Nhưng mà thoát nạn vẫn cấp bách hơn, sau khi nhảy xuống nước, liên tục la lớn cầu cứu! Thật trùng hợp, ngư dân lần trước cứu hắn cũng ở gần đó bắt cá, nhưng lần này, ông nghe thấy tiếng thương nhân kêu cứu, hoàn toàn không muốn cứu hắn. Những người bên cạnh lo lắng hỏi: "Tại sao anh không cứu ông ta? Tàu của anh, nếu không nhanh một chút, người đó sẽ chết đó!" Ngư dân bình thản trả lời: "Đây là một người bất tín, sao tôi phải cứu hắn?" Nói rồi ngư dân thu lưới, rồi chèo thuyền vào bờ, chỉ thấy tên thương nhân chìm dần xuống nước.

(三)名詞解釋
míngcí jiěshì

| | 生詞 | 漢語拼音 | 解釋 |
|---|---|---|---|
| 1 | 做生意 | zuòshēngyì | kinh doanh, làm ăn |
| 2 | 貨物 | huòwù | hàng hóa |
| 3 | 金銀珠寶 | jīnyínzhūbǎo | vàng bạc châu báu |
| 4 | 往常 | wǎngcháng | thường ngày, như thường lệ |
| 5 | 航行 | hángxíng | đi bằng đường thủy |
| 6 | 傾斜 | qīngxié | nghiêng |
| 7 | 沉船 | chénchuán | chìm tàu |
| 8 | 急急忙忙 | jíjímángmáng | vội vàng |
| 9 | 驚慌 | jīnghuāng | hoang mang, lo sợ |
| 10 | 求救 | qiújiù | cầu cứu |
| 11 | 划 | huá | chèo (tàu, thuyền) |
| 12 | 受驚 | shòujīng | hoảng sợ |
| 13 | 反省 | fǎnxǐng | hối lỗi, phản tỉnh |
| 14 | 收入 | shōurù | thu nhập |

| | 生詞 | 漢語拼音 | 解釋 |
|---|---|---|---|
| 15 | 倒楣 | dǎoméi | không may, xui xẻo |
| 16 | 得意洋洋 | déyìyángyáng | đắc ý, dương dương tự đắc |
| 17 | 按照 | ànzhào | theo |
| 18 | 不守信用 | bùshǒuxìnyòng | không giữ chữ tín |
| 19 | 逐漸 | zhújiàn | dần dần |
| 20 | 錢幣 | qiánbì | đồng tiền |
| 21 | 責罵 | zémà | la mắng |
| 22 | 遵守 | zūnshǒu | tuân thủ |
| 23 | 承諾 | chéngnuò | cam kết, lời hứa |
| 24 | 誠信 | chéngxìn | chân thật, thành thật |

# 八、 弄巧 成拙 的 商人
## nòngqiǎo chéngzhuó de shāngrén

你去過 傳統市場 嗎？那裡總是 人來人往，
nǐ qùguò chuántǒngshìchǎng ma ? nàlǐ zǒngshì rénláirénwǎng，

充斥著 許多不同的 聲音。攤販們爲了推銷自己
chōngchìzhe xǔduō bùtóngde shēngyīn。 tānfànmen wèile tuīxiāo zìjǐ

的貨品，不斷地 向 顧客吆喝、 宣傳 ；顧客們
de huòpǐn， búduàndexiàng gùkè yāohè、 xuānchuán；gùkèmen

則是爲了以 更 便宜的價錢買到東西，努力地
zéshì wèile yǐ gèng piányíde jiàqián mǎidào dōngxi， nǔlìde

向 老闆討價還價，因此在 市場 中 ，人們的
xiàng lǎobǎn tǎojiàhuánjià， yīncǐ zài shìchǎng zhōng， rénmende

交談聲 此起彼落， 非常 熱鬧。而很久以前， 在
jiāotánshēng cǐqǐbǐluò， fēicháng rènào。 ér hěnjiǔ yǐqián， zài

楚國的某個 傳統市場 中 ，就發生了一件關於
Chǔguóde mǒuge chuántǒngshìchǎngzhōng， jiù fāshēng le yíjiàn guānyú

叫賣的趣事⋯⋯
jiàomài de qùshì ⋯⋯

　一如往常 地，市場裡的攤販們 從 一大早就
yìrúwǎngcháng de， shìchǎnglǐ de tānfànmen cóng yídàzǎo jiù

準備 好要開始一天的 工作 。這時， 有位販賣
zhǔnbèi hǎo yào kāishǐ yìtiānde gōngzuò。 zhèshí， yǒuwèi fànmài

兵器的 商人 ，加入了其他小販的行列，打算要
bīngqìde shāngrén， jiārùle qítā xiǎofànde hángliè， dǎsuàn yào

大展身手 ，好好地兜售自己的商品。
dàzhǎnshēnshǒu， hǎohǎo de dōushòu zìjǐde shāngpǐn。

這位商人先清了清喉嚨，隨後便拿起一面
zhèwèi shāngrén xiān qīngleqīng hóulóng， suíhòu biàn náqǐ yímiàn

盾牌，大聲地朝人群呼喊著：「大家快來看啊！
dùnpái， dàshēngde cháo rénqún hūhǎnzhe：「 dàjiā kuàilái kàn a！

這面盾牌是世界上最好的盾，它是用最堅硬的
zhèmiàn dùnpái shì shìjièshàng zuìhǎode dùn， tā shì yòng zuìjiānyìngde

鐵鑄成的 ，所以不管用多麼尖銳的武器，都
tiě zhùchéngde， suǒyǐ bùguǎn yòng duōme jiānruìde wǔqì， dōu

無法刺穿它。不相信的話，你們可以拿起手邊的
wúfǎ cìchuān tā。 bùxiāngxìn dehuà， nǐmen kěyǐ náqǐ shǒubiānde

石頭來敲敲看，不管你們敲得再大力，它都不會
shítóu lái qiāoqiāokàn， bùguǎn nǐmen qiāode zàidàlì， tā dōubúhuì

凹陷，快來試試看吧！」眾人拿起石頭，用力地
āoxiàn， kuàilái shìshìkàn ba！」 zhòngrén náqǐ shítóu， yònglìde

朝盾牌砸下去，結果，誠如商人所說的，盾牌
cháo dùnpái záxiàqù， jiéguǒ， chéngrú shāngrén suǒshuōde， dùnpái

真的完好如初。
zhēnde wánhǎorúchū。

看到圍觀的人群愈來愈多，商人既高興
kàndào wéiguānde rénqún yùláiyùduō， shāngrén jìgāoxìng

又得意。接著，這位商人又拿起了一支長矛，
yòudéyì。 jiēzhe， zhèwèishāngrényòu náqǐle yìzhī chángmáo，

繼續向群眾大聲宣傳：「大家再來看看
jìxù xiàng qúnzhòng dàshēng xuānchuán：「 dàjiā zàilái kànkàn

我賣的長矛！你們千萬別小看它，因為它可是
wǒmàide chángmáo！ nǐmen qiānwàn bié xiǎokàn tā， yīnwèi tā kěshì

世界上最可怕的武器！它的矛頭不但磨得十分
shìjièshàng zuìkěpàde wǔqì！ tāde máotóu búdàn móde shífēn

銳利，能削鐵如泥，質地還十分堅硬，因此不論
ruìlì ， néng xuètiěrúní ， zhídì hái shífēn jiānyìng ， yīncǐ búlùn

是多麼厚實的物品，都能不費吹灰之力，一下子
shì duōme hòushíde wùpǐn ， dōunéng búfèichuīhuīzhīlì ， yíxiàzi

就刺穿。因此，各位只要買了我的盾和我的矛，
jiù cìchuān。 yīncǐ ， gèwèi zhǐyào mǎile wǒde dùnhàn wǒde máo ，

在 沙場上 ，就 能 打遍天下無敵手了！ 數量
zài shāchǎngshàng ， jiù néng dǎbiàntiānxià wú díshǒule ！ shùliàng

有限，請大家快來買吧！先搶 先贏。」
yǒuxiàn， qǐng dàjiā kuàiláimǎi ba ！ xiānqiǎngxiānyíng。 」

由於這位 商人 講的話實在太吸引人了，
yóuyú zhèwèi shāngrén jiǎngdehuà shízài tàixīyǐnrén le ，

所以圍觀的人有的 搶著 要看看矛，有的 搶著
suǒyǐ wéiguānde rén yǒude qiǎngzhe yào kànkàn máo ， yǒude qiǎngzhe

要摸摸盾，有的更 馬上 掏錢， 想要 把這 兩樣
yào mōmō dùn ， yǒude gèngmǎshàngtāoqián ， xiǎngyào bǎ zhè liǎngyàng

屬害的武器買回家。就在大家 爭先恐後 ，一陣
lìhàide wǔqì mǎihuíjiā。 jiùzài dàjiā zhēngxiānkǒnghòu ， yízhèn

慌亂的 時候，一位圍觀的 民眾 突然問 商人
huāngluànde shíhòu ， yíwèi wéiguānde mínzhòng túrán wèn shāngrén

說 ：「老闆，如果用 您賣的矛去刺您賣的盾，
shuō ：「 lǎobǎn ， rúguǒ yòng nínmàide máo qù cì nínmàide dùn ，

究竟是哪個東西會受損呢？」
jiùjìng shì nǎge dōngxi huìshòusǔn ne ？ 」

聽到了這個問題，全部的人都靜了下來，
tīngdàole zhège wèntí ， quánbùde rén dōu jìnglexiàlái ，

大家都 想 聽聽 商人的回答。但是問題來得太
dàjiā dōu xiǎng tīngtīng shāngrénde huídá。 dànshì wèntí láide tài

突然， 商人 一句話也答不上來，一時之間也
túrán ， shāngrén yíjùhuà yě dá búshànglái ， yìshízhījiān yě

只能 呆呆地 站著。時間 一分一秒地過， 商人
zhǐnéng dāidāide zhànzhe。 shíjiān yìfēnyìmiǎo de guò， shāngrén

就只是站在 攤位旁，看著自己的矛和盾， 等著
jiù zhǐshì zhànzài tānwèipáng， kànzhe zìjǐ de máohàndùn， děngzhe

等著 ，圍觀的 群眾 就失了耐心，最後 眾人
děngzhe ， wéiguānde qúnzhòng jiù shīle nàixīn， zuìhòu zhòngrén

便在 訕笑聲 中 一哄而散。
biànzài shànxiàoshēng zhōng yìhōngérsàn 。

# Người thương nhân biến khéo thành vụng

(二) 譯文
yìwén

　　Bạn đã từng đi chợ chưa? Ở đó lúc nào cũng có rất nhiều người, với những âm thanh khác nhau. Các quầy hàng vì muốn giới thiệu sản phẩm của mình, không ngừng kêu la, mời gọi; khách hàng vì muốn mua hàng giá rẻ hơn, ra sức trả giá với người bán, vì vậy trong chợ, âm thanh trò chuyện của mọi người rôm rả không ngừng. Ngày xửa ngày xưa, tại một khu chợ nọ ở nước Sở, đã xảy ra một câu chuyện rao bán rất thú vị.

　　Như mọi khi, các quầy hàng trong chợ từ sáng sớm đã chuẩn bị xong mọi thứ sẵn sàng bắt đầu một ngày làm việc mới. Lúc này, có một người bán binh khí đang muốn thể hiện bản lĩnh, cố gắng rao bán hàng hóa của mình.

Người này hắng giọng, ngay sau đó cầm lấy một cái thuẫn, nói to với đám đông rằng: "Mọi người mau đến xem! Cái thuẫn này là thuẫn tốt nhất trên thế giới, nó được làm bằng thép cứng nhất, nên dù vũ khí có sắc nhọn đến mấy cũng không thể đâm thủng nó! Nếu không tin, mọi người có thể cầm vài viên đá đến gõ thử, dù có dùng sức cách mấy, nó cũng không lõm xuống, mau đến thử nào!" Đám đông nhặt vài viên đá, dùng sức ném vào cái thuẫn, quả đúng như lời người này nói, cái thuẫn hoàn toàn nguyên vẹn y như ban đầu.

Thấy đám đông vây quanh ngày càng nhiều, người này vừa vui mừng vừa đắc ý. Tiếp đó, người này cầm lấy một cây mâu dài, tiếp tục nói lớn với mọi người: "Mọi người mau đến xem cây mâu tôi bán! Mọi người đừng xem thường nó, vì nó là vũ khí đáng sợ nhất trên đời! Đầu nhọn của nó không chỉ sắc bén vô cùng, có thể mài sắt như bùn, chất liệu vô cùng rắn chắc, nên dù đồ vật có bền chắc thế nào cũng bị nó đâm thủng dễ như trở bàn tay. Do đó, các vị chỉ cần mua thuẫn và mâu của tôi, trên chiến trường có thể vô địch thiên hạ! Số lượng có hạn, mọi người mau đến mua nào!"

Do lời rao quá thu hút, nên đám đông vây quanh người đổ xô xem mâu, người đổ xô chạm vào thuẫn, có người lập tức lấy tiền mua hai món vũ khí lợi hại này về nhà. Ngay lúc mọi người đang chen lấn, tranh giành nhau rất hỗn loạn, có một người đột nhiên hỏi: "Ông chủ, nếu dùng mâu ông bán đâm vào cái thuẫn này, rốt cuộc cái nào sẽ bị hỏng trước?" Nghe xong câu hỏi đó, tất cả mọi người đều im lặng, ai cũng muốn nghe câu trả lời của người bán hàng. Nhưng câu hỏi đến quá bất ngờ, người này không nói nên lời, chỉ biết đứng lặng đi. Thời gian trôi, người bán hàng chỉ biết đứng cạnh quầy, nhìn cây mâu và cái thuẫn của mình, đợi hoài đợi hoài, đám đông mất dần kiên nhẫn, cuối cùng mọi người rời đi trong tiếng cười chế giễu.

## 名詞解釋 míngcí jiěshì

| | 生詞 | 漢語拼音 | 解釋 |
|---|---|---|---|
| 1 | 弄巧成拙 | nòngqiǎochéngzhuó | biến khéo thành vụng |
| 2 | 傳統 | chuántǒng | truyền thống |

| | 生詞 | 漢語拼音 | 解釋 |
|---|------|---------|------|
| 3 | 市場 | shìcháng | chợ |
| 4 | 人來人往 | rénláirénwǎng | người qua lại tấp nập |
| 5 | 充斥 | chōngchì | tràn đầy, |
| 6 | 推銷 | tuīxiāo | chào hàng, thúc đẩy tiêu thụ |
| 7 | 宣傳 | xuānchuán | tuyên truyền, quảng cáo |
| 8 | 討價還價 | tǎojiàhuánjià | mặc cả, trả giá |
| 9 | 此起彼落 | cǐqǐbǐluò | rôm rả không dứt, liên tiếp không ngừng |
| 10 | 叫賣 | jiàomài | rao bán |
| 11 | 一如往常 | yīrúwǎngcháng | như mọi khi |
| 12 | 兵器 | bīngqì | binh khí |
| 13 | 大展身手 | dàzhǎnshēnshǒu | thể hiện bản thân |
| 14 | 兜售 | dōushòu | chào hàng, rao bán |
| 15 | 喉嚨 | hóulong | họng |
| 16 | 盾牌 | dùnpái | cái thuẫn, cái khiên |
| 17 | 誠如 | chéngrú | như |
| 18 | 完好如初 | wánhǎorúchū | còn nguyên như lúc đầu |
| 19 | 矛頭 | máotóu | mũi nhọn, mũi dùi |
| 20 | 削鐵如泥 | xuètiěrúní | mài sắt như bùn |
| 21 | 不費吹灰之力 | bùfèichuīhuīzhīlì | dễ dàng, dễ như trở bàn tay |
| 22 | 敵手 | díshǒu | kẻ thù, kè địch |
| 23 | 爭先恐後 | zhēngxiānkǒnghòu | chen lấn, tranh giành trước sau |
| 24 | 訕笑 | shànxiào | nhạo báng, chế giễu |
| 25 | 一哄而散 | yīhōngérsàn | đùng một cái là bỏ đi hết |

# 九、改過　向善　的惡霸
gǎiguò　xiàngshàn de　èbà

(一) 文章
Wénzhāng

很久很久以前，在中國有個叫做義興的
hěnjiǔ hěnjiǔ yǐqián ， zài Zhōngguó yǒuge jiàozuò Yìxìng de

小鎮。義興鎮依山傍水，環境非常優美，
xiǎozhèn。 Yìxìngzhèn yīshānbàngshuǐ， huánjìng fēicháng yōuměi，

但是居民們卻每天都過著憂心忡忡的生活。
dànshì jūmínmen quèměitiāndōuguòzhe yōuxīnchōngchōng de shēnghuó。

原來是因為小鎮裡有三個禍害，時時都有可能
yuánlái shì yīnwèi xiǎozhènlǐ yǒu sānge huòhài， shíshí dōuyǒu kěnéng

危害百姓的性命。第一個禍害是住在水裡的
wéihài bǎixìngde xìngmìng。 dìyīge huòhài shì zhùzài shuǐlǐde

蛟龍，第二個禍害是棲息在深山裡的猛虎，
jiāolóng， dìèrge huòhài shì qīxí zài shēnshānlǐde měnghǔ，

這前兩害都是猛獸，但是第三個禍害卻是
zhè qián liǎnghài dōushì měngshòu， dànshì dìsānge huòhài quèshì

鎮上的周處。為什麼周處這個人會和蛟龍及
zhènshàngde Zhōuchǔ。 wèishénme Zhōuchǔ zhègerén huì hàn jiāolóng jí

猛虎並列為三大禍害呢？原因是他既凶暴又
měnghǔ bìngliè wéi sāndà huòhài ne ？ yuányīn shì tā jì xiōngbào yòu

強悍，整天無所事事，到處為非作歹，四處
qiánghàn， zhěngtiān wúsuǒshìshì， dàochù wéifēizuòdǎi， sìchù

惹是生非。所以在這三個禍害之中，周處最令
rěshìshēngfēi。 suǒyǐ zài zhè sānge huòhài zhīzhōng， Zhōuchǔ zuì lìng

居民們頭疼，因爲他就住在鎮子裡，天天鬧事，
jūmínmen tóuténg， yīnwèi tā jiù zhùzài zhènzi lǐ， tiāntiān nàoshì，

不像 蛟龍與猛虎，只有肚子餓時才會出來攻擊
búxiàng jiāolóng yǔ měnghǔ， zhǐyǒu dùziè shí cáihuì chūlái gōngjí

人。
rén。

　　儘管大家都怕周處，但是見了他都還是
jǐnguǎn dàjiā dōu pà Zhōuchǔ， dànshì jiànle tā dōu háishì

讓他三分，敢怒不敢言。不過日子一久，大家
ràngtā sānfēn， gǎnnù bùgǎnyán。 búguò rìzi yìjiǔ， dàjiā

漸漸失去了耐性，到最後再也受不了他了！
jiànjiàn shīqùle nàixìng， dào zuìhòu zàiyě shòubùliǎo tā le！

於是，村民們 悄悄聚在一起，希望能 想個
yúshì， cūnmínmen qiǎoqiǎo jùzàiyìqǐ， xīwàng néng xiǎngge

好計策 除掉 周處，大家你一言我一語，想了
hǎojìcè chúdiào Zhōuchǔ， dàjiā nǐyìyán wǒyìyǔ， xiǎngle

好久，最後 終於 有一個老人想到了一個好方法。
hǎojiǔ， zuìhòu zhōngyú yǒuyíge lǎorén xiǎngdàole yíge hǎofāngfǎ。

老人説，可以請 周處 去殺那猛虎與 蛟龍，
lǎorénshuō， kěyǐ qǐng Zhōuchǔ qùshā nàměnghǔ yǔ jiāolóng，

不管是 周處 殺了牠們，或是牠們殺了 周處，
bùguǎn shì Zhōuchǔ shāle tāmen， huòshì tāmen shāle Zhōuchǔ，

結果都是好的！法子有了，老人立刻自告奮勇，
jiéguǒ dōushì hǎode！ fázi yǒule， lǎorén lìkè zìgàofènyǒng，

願意親自去拜訪 周處。老人一看到 周處，先是
yuànyì qīnzì qù bàifǎng Zhōuchǔ。 lǎorén yíkàndào Zhōuchǔ， xiānshì

大大地誇讚了 周處 一番，誇他如何 英勇，如何
dàdàde kuāzànle Zhōuchǔ yìfān， kuātā rúhé yīngyǒng， rúhé

膽大，然後才憂心地説出 村民們 對於 蛟龍與
dǎndà， ránhòu cái yōuxīnde shuōchū cūnmínmen duìyú jiāolóng yǔ

猛虎的畏懼，最後再懇求 周處 爲 村民們 除害。
měnghǔde wèijù ， zuìhòu zài kěnqiú Zhōuchǔ wèi cūnmínmen chúhài 。

周處 聽了美言之後， 爽快 地説：「要 殺掉
Zhōuchǔ tīngle měiyán zhīhòu ， shuǎngkuài de shuō ： 「yào shādiào

牠們，對我 周處 來説，簡直是一件小事！」話
tāmen ， duì wǒ Zhōuchǔ láishuō ， jiǎnzhí shì yíjiàn xiǎoshì ！ 」huà

一説完， 周處 就告別老人，回到家休息，準備
yìshuōwán ， Zhōuchǔ jiù gàobié lǎorén ， huídàojiā xiūxí ， zhǔnbèi

養足 精神 好去殺虎屠龍。第二天一早， 眾人 都
yǎngzú jīngshén hǎoqù shāhǔ túlóng 。 dièrtiān yìzǎo ， zhòngrén dōu

還在 睡夢中時 ， 周處 便 往深山裡去， 想説
háizài shuìmèngzhōngshí ， Zhōuchǔ biàn wǎng shēnshānlǐqù ， xiǎngshuō

先 打敗老虎，再來除去 蛟龍 。
xiān dǎbài lǎohǔ ， zàilái chúqù jiāolóng 。

周處 尋著了猛虎，不驚不怖不畏，一拳就
Zhōuchǔ xúnzháole měnghǔ ， bùjīng búbù búwèi ， yìquán jiù

朝 老虎的眼睛打去，結果，不知是老虎嚇著了，
cháo lǎohǔde yǎnjīng dǎqù ， jiéguǒ ， bùzhī shì lǎohǔ xiàzháole ，

還是 周處的 力道 太大 ， 打個十來下 ， 老虎 就
háishì Zhōuchǔde lìdào tàidà ， dǎgeshíláixià ， lǎohǔ jiù

倒地了。殺了猛虎，驕傲的 周處 更是神氣了，
dǎodìle 。 shāle měnghǔ ， jiāoàode Zhōuchǔ gèngshì shénqìle ，

大搖大擺地 走向 河邊，打算徒手對抗 蛟龍 。
dàyáodàbǎide zǒuxiàng hébiān ， dǎsuàn túshǒu duìkàng jiāolóng 。

沒想到 ，這蛟龍的力量是猛虎的好幾倍，周處
méixiǎngdào ， zhè jiāolóngde lìliàng shì měnghǔde hǎojǐbèi ， Zōuchǔ

使出 全身 的力氣，還是 不敵 蛟龍 。岸邊的
shǐchū quánshēn de lìqì ， háishì bùdí jiāolóng 。 ànbiānde

村民們 ，一直沒看見 周處 浮出 水面 ，都以爲
cūnmínmen ， yìzhí méikànjiàn Zhōuchǔ fúchū shuǐmiàn ， dōu yǐwéi

周處 已經被蛟龍吃掉了，心想一下子少了
Zhōuchǔ yǐjīng bèi jiāolóng chīdiàole ， xīnxiǎng yíxiàzi shǎole

兩個禍害，真是太開心了，道賀聲此起彼落，
liǎngge huòhài ， zhēnshì tàikāixīnle ， dàohèshēng cǐqǐbǐluò ，

熱鬧極了。然而， 真沒想到 ，三天三夜後，
rènàojíle 。 ránér ， zhēnméixiǎngdào ， sāntiānsānyè hòu ，

周處 竟然打敗了蛟龍！
Zhōuchǔ jìngrán dǎbàile jiāolóng ！

正當 周處拖著疲憊的身軀上岸時，
zhèngdāng Zhōuchǔ tuōzhe píbèide shēnqū shàngànshí ，

竟看到村民們開心地慶祝自己過世的歡樂
jìng kàndào cūnmínmen kāixīnde qìngzhù zìjǐ guòshìde huānlè

場面 ！周處張大了嘴，簡直不敢相信這是
chǎngmiàn ！ Zhōuchǔ zhāngdàlezuǐ ， jiǎnzhí bùgǎn xiāngxìn zhèshì

真的！這時， 周處才明白，原來平日裡大家
zhēnde ！ zhèshí ， Zhōuchǔ cái míngbái ， yuánlái píngrìlǐ dàjiā

尊敬他是因為害怕他，而不是真把他 當作
zūnjìng tā shì yīnwèi hàipà tā ， érbúshì zhēn bǎtā dāngzuò

朋友 。明白後， 周處 慎重地 向大家道歉，
péngyǒu 。 míngbáihòu ， Zhōuchǔ shènzhòngde xiàng dàjiā dàoqiàn ，

表明 以後一定改過 向善 。村民們一時反應
biǎomíng yǐhòu yídìng gǎiguò xiàngshàn 。 cūnmínmen yìshí fǎnyìng

不過來，個個都想 這下可慘了，沒有一個人
búguòlái ， gègè dōuxiǎng zhèxiàkěcǎnle ， méiyǒu yígerén

肯相信 周處說的話！ 沒想到 ，這次周處是
kěn xiāngxìn Zhōuchǔ shuōdehuà ！ méixiǎngdào ， zhècì Zhōuchǔ shì

下了決心改過，他不斷地請教 旁人該如何改進，
xiàlejuéxīn gǎiguò， tā búduànde qǐngjiàopángrén gāi rúhé gǎijìn ，

就在一天天、一年年的努力下， 周處 終於
jiùzài yìtiāntiān 、 yìniánniáide nǔlìxià ， Zhōuchǔ zhōngyú

變成了 大家 眼中的 好鄰居 ， 就這樣 義興鎮 再也
biànchéngle dàjiā yǎnzhōngde hǎolínjū ， jiùzhèyàng Yìxìngzhèn zàiyě

沒有 禍害了 。
méiyǒu huòhàile 。

# Ác bá hướng thiện

(二) 譯文
yìwén

    Ngày xửa ngày xưa, ở Trung Quốc có một thị trấn nhỏ tên là Nghĩa Hưng. Trấn Nghĩa Hưng kề sông gần núi, phong cảnh rất hữu tình, nhưng người dân sống ở đây ngày nào cũng phải nơm nớp lo sợ. Thì ra trong trấn có ba mối nguy hại, bất kỳ lúc nào cũng có thể gây hại đến sinh mạng của người dân. Mối nguy hại thứ nhất là giao long sống dưới nước, mối nguy hại thứ hai là mãnh hổ đang nghỉ ngơi trong núi sâu, hai mối nguy hại này đều là mãnh thú, nhưng mối nguy hại thứ ba lại chính là Chu Xử sống tại thị trấn này. Tại sao Chu Xử này lại là một trong ba mối nguy hại xếp cùng với giao long và mãnh hổ? Bởi vì hắn là một kẻ vừa hung bạo vừa dũng mãnh, suốt ngày không làm gì, đi khắp nơi làm càn làm bậy, gây rối cho mọi người. Trong ba mối nguy hại này, Chu Xử khiến mọi người đau đầu nhất, vì hắn sống trong trấn, ngày nào cũng gây chuyện, không như giao long và mãnh hổ, khi nào đói mới xuất hiện tấn công người khác.

Dù mọi người đều sợ Chu Xử, nhưng khi gặp hắn vẫn nhún nhường, nuốt giận vào lòng. Nhưng thời gian trôi qua, mọi người dần mất kiên nhẫn, cuối cùng không thể chịu đựng hắn thêm được nữa! Do đó, mọi người âm thầm tụ họp lại, hi vọng có thể nghĩ ra một cách loại trừ Chu Xử này, mọi người lời ra lời vào, cuối cùng có một cụ già nghĩ ra một cách rất hay. Cụ già nói, hãy nhờ Chu Xử đi giết giao long và mãnh hổ, dù cho Chu Xử giết được chúng hay chúng giết Chu Xử, điều nào cũng tốt cả! Đã có cách hay, cụ già liền tình nguyện tự mình đến thăm Chu Xử. Vừa gặp được Chu Xử, cụ khen hắn nức nở, khen hắn vừa anh dũng, lại vừa dũng cảm, rồi cụ lo lắng kể về nỗi lo sợ của thôn dân đối với giao long và mãnh hổ, sau đó cụ khẩn thiết cầu xin hắn giúp dân làng trừ hại. Chu Xử nghe xong, sảng khoái nói rằng: "Muốn diệt trừ chúng, đối với Chu Xử ta mà nói, chỉ là chuyện nhỏ mà thôi!" Vừa dứt lời, Chu Xử từ biệt cụ già, trở về nhà nghỉ ngơi, chuẩn bị tinh thần đi diệt trừ mãnh thú. Sáng hôm sau, khi mọi người vẫn còn chìm trong giấc ngủ, Chu Xử đã vào rừng sâu, ý định đánh bại mãnh hổ trước rồi mới đi diệt trừ giao long.

Chu Xử đi tìm mãnh hổ, không chút lo sợ, một đấm thẳng vào mắt mãnh hổ, không biết do hổ quá sợ hãi hay lực đấm của Chu Xử quá mạnh, đánh tầm mười lượt, hổ đã ngã lăn ra đất. Diệt được mãnh hổ, vốn kiêu ngạo, Chu Xử càng ra vẻ hơn, hiên ngang đi về phía bờ sông, định dùng tay không đấu với giao long. Không ngờ, giao long mạnh gấp mấy lần mãnh hổ, Chu Xử dùng hết sức bình sinh cũng không địch nổi. Thôn dân đứng bên bờ mãi vẫn không nhìn thấy Chu Xử nổi lên trên mặt nước, nghĩ rằng Chu Xử đã bị giao long ăn mất, thầm nghĩ mới đó đã trừ được hai mối nguy hại, vui mừng khôn xiết, tiếng chúc tụng vang lên không dứt, vô cùng náo nhiệt. Nhưng thật không ngờ, sau ba ngày ba đêm, cuối cùng Chu Xử đã đánh bại được giao long! Khi Chu Xử mệt mỏi lê mình lên bờ, lại nhìn thấy cảnh dân làng đang nô nức vui vẻ mừng hắn qua đời. Chu Xử há hốc miệng, không dám tin điều này là thật! Lúc này, hắn mới hiểu ra, thì ra ngày thường dân làng kính trọng hắn là do sợ hắn, chứ không phải xem hắn là bằng hữu. Sau khi hiểu ra, Chu Xử thành khẩn cáo lỗi với mọi người, hứa sẽ thay đổi trở thành người tốt. Dân làng trong phút chốc không phản ứng kịp, mọi người đều nghĩ lần này thôi rồi, không một ai tin lời Chu Xử nói! Nhưng không ngờ, lần này Chu Xử đã quyết tâm hối cải, hắn không ngừng thỉnh giáo mọi người xung quanh nên thay đổi như thế nào, rồi từng ngày, từng năm trôi qua, Chu Xử cuối cùng đã trở thành một người hàng xóm tốt trong mắt mọi người.

## (三)名詞解釋
míngcí jiěshì

| | 生詞 | 漢語拼音 | 解釋 |
|---|---|---|---|
| 1 | 依山傍水 | yīshānbàngshuǐ | kề sông gần núi |
| 2 | 憂心忡忡 | yōuxīnchōngchōng | lo lắng |
| 3 | 禍害 | huòhài | mối họa, mối nguy hại |
| 4 | 危害 | wéihài | nguy hại, làm hại |
| 5 | 蛟龍 | jiāolóng | giao long (rồng lớn) |
| 6 | 猛獸 | měngshòu | mãnh thú |
| 7 | 凶暴 | xiōngbào | hung bạo, dữ tợn |
| 8 | 無所事事 | wúsuǒshìshì | không việc gì làm |
| 9 | 為非作歹 | wéifēizuòdǎi | làm càn làm bậy |
| 10 | 惹是生非 | rěshìshēngfēi | gây rối, sinh sự |

| | 生詞 | 漢語拼音 | 解釋 |
|---|---|---|---|
| 11 | 耐心 | nàixīn | kiên nhẫn, nhẫn nại |
| 12 | 計策 | jìcè | kế sách, kế hoạch |
| 13 | 自告奮勇 | zìgàofènyǒng | tình nguyện, xung phong |
| 14 | 英勇 | yīngyǒng | anh dũng |
| 15 | 懇求 | kěnqiú | cầu xin |
| 16 | 驕傲 | jiāoào | kiêu ngạo |
| 17 | 神氣 | shénqì | ra vẻ |
| 18 | 大搖大擺 | dàyáodàbǎi | nghênh ngang, ngông nghênh |
| 19 | 徒手 | túshǒu | tay không |
| 20 | 道賀 | dàohè | chúc mừng |
| 21 | 此起彼落 | cǐqǐbǐluò | rôm rả không dứt, liên tiếp không ngừng |
| 22 | 疲憊 | píbèi | kiệt quệ, mệt mỏi không còn sức |
| 23 | 身軀 | shēnqū | thân thể |
| 24 | 過世 | guòshì | chết, qua đời |
| 25 | 慎重 | shènzhòng | thận trọng, cẩn thận, thành khẩn |
| 26 | 決心 | juéxīn | quyết định |
| 27 | 請教 | qǐngjiào | thỉnh giáo, xin lời khuyên của ai đó |

# 十、孟子與他的媽媽
## Mèngzǐ yǔ tā de māma

中國　的歷史上有幾位非常　重要的
Zhōngguó de lìshǐ shàng yǒu jǐwèi fēicháng zhòngyàode

哲學家，他們對於中國的教育、文化、政治
zhéxuéjiā ， tāmen duìyú Zhōngguó de jiàoyù 、 wénhuà 、 zhèngzhì

都有十分重要的影響，而孟子正是其中
dōu yǒu shífēn zhòngyào de yǐngxiǎng ， ér Mèngzǐ zhèngshì qízhōng

之一。孟子能成爲如此賢能的哲學家，與
zhīyī 。 Mèngzǐ néng chéngwéi rúcǐ xiánnéng de zhéxuéjiā ， yǔ

他的母親非常　重視教育有關，也多虧了這位
tāde mǔqīn fēicháng zhòngshì jiàoyù yǒuguān ， yě duōkuīle zhèwèi

細心又有遠見的媽媽，中國哲學的發展才能
xìxīn yòu yǒu yuǎnjiàn de māma ， Zhōngguó zhéxué de fāzhǎn cáinéng

如此精彩。
rúcǐ jīngcǎi 。

當　孟子還是個小孩子的時候，他的父親就
dāng Mèngzǐ háishì ge xiǎoháizi de shíhòu ， tā de fùqīn jiù

過世了，孟子的媽媽爲了方便就近祭拜已經過世
guòshìle ， Mèngzǐ de māma wèile fāngbiàn jiùjìn jìbài yǐjīng guòshì

的丈夫，只好帶著孟子住在墓園附近。由於
de zhàngfū ， zhǐhǎo dàizhe Mèngzǐ zhù zài mùyuán fùjìn 。 yóuyú

墓園裡　常常　會有人們在墳墓邊哭泣，或祭拜
mùyuán lǐ chángcháng huì yǒurénmen zài fénmù biān kūqì ， huò jìbài

死去的親人，年幼的孟子見了，先是好奇，但
sǐqù de qīnrén ， niányòu de Mèngzǐ jiànle ， xiān shì hàoqí ， dàn

日子一久也就習慣了。所以當他與他的 朋友
rìzi yìjiǔ yě jiù xíguàn le 。 suǒyǐ dāng tā yǔ tāde péngyǒu

一起 玩耍 時，竟然把葬禮的儀式 當成 了遊戲，
yìqǐ wánshuǎ shí ， jìngrán bǎ zànglǐ de yíshì dāngchéng le yóuxì ，

他們 甚至 還會 模仿 人們嚎啕大哭的樣子來使
tāmen shènzhì háihuì mófǎng rénmen háotáodàkū de yàngzi lái shǐ

遊戲更加 真實。
yóuxì gèngjiā zhēnshí 。

　　孟子的母親看見他與他的 同伴 相處 之後，
Mèngzǐ de mǔqīn kànjiàn tā yǔ tā de tóngbàn xiàngchǔ zhīhòu ，

既擔心孟子把嚴肅又 悲傷 的儀式視為遊戲，
jì dānxīn Mèngzǐ bǎ yánsù yòu bēishāng de yíshì shìwéi yóuxì ，

又覺得住在墓園附近，孟子只能學習到 有關
yòu juéde zhùzài mùyuán fùjìn ， Mèngzǐ zhǐnéng xuéxí dào yǒuguān

送葬 的事，這樣他長大後就無法 成為 一個
sòngzàng de shì ， zhèyàng tā zhǎngdà hòu jiù wúfǎ chéngwéi yíge

知書達禮的人，於是她認為這裡不是一個適合
zhīshūdálǐ de rén ， yúshì tā rènwéi zhèlǐ búshì yíge shìhé

養育孩子的 環境 ， 便 帶著孟子搬到其他的地方
yǎngyù háizi de huánjìng ， biàn dàizhe Mèngzǐ bāndào qítā de dìfāng

居住。
jūzhù 。

　　離開了墓園之後，孟子母子二人搬到了 市場
líkāi le mùyuánzhīhòu ， Mèngzǐ mǔzǐ èrrén bāndàole shìchǎng

旁 。 市場 每天都非常地熱鬧，孟子 常常
páng 。 shìchǎng měitiān dōu fēichángde rènào ， Mèngzǐ chángcháng

開心地在 市場 中 穿梭，看看人們怎麼買賣
kāixīnde zài shìchǎng zhōng chuānsuō ， kànkàn rénmen zěnme mǎimài

蔬菜水果、肉類或是其他 生活用品 。而在
shūcài shuǐguǒ、 ròulèi huòshì qítā shēnghuóyòngpǐn 。 ér zài

市場 所有的攤販 中 ，最吸引孟子的是賣豬肉
shìchǎng suǒyǒude tānfàn zhōng， zuì xīyǐn Mèngzǐ de shì mài zhūròu

的小販，他喜歡看屠夫切下一片片的豬肉並擺到
de xiǎofàn， tā xǐhuānkàn túfū qiēxià yípiànpiàn de zhūròubìng bǎidào

桌上 ，讓經過的人們 挑選 、 購買，所以孟子
zhuōshàng， ràngjīngguò de rénmentiāoxuǎn、 gòumǎi， suǒyǐ Mèngzǐ

總是 站在豬肉攤位 旁，仔細地 觀察屠夫如何
zǒngshì zhànzài zhūròu tānwèi páng， zǐxì de guānchá túfū rúhé

切割肉塊，還有如何吆喝 宣傳 自己賣的肉。
qiēgē ròukuài， háiyǒu rúhé yāohè xuānchuán zìjǐ mài de ròu。

日子久了，孟子 逐漸學會模仿屠夫拿刀切肉
rìzi jiǔle， Mèngzǐ zhújiàn xuéhuì mófǎng túfū ná dāo qiēròu

的模樣，和 市場 附近的小孩子一起玩鬧時，也
de móyàng， hànshìchǎng fùjìn de xiǎoháizi yìqǐ wánnào shí， yě

會用 屠夫吆喝的口吻來與 玩伴們 交談。孟子的
huìyòng túfū yāohè de kǒuwěn lái yǔ wánbànmen jiāotán。 Mèngzǐ de

媽媽看到孟子與其他孩子的互動之後，認爲孟子
māma kàndàoMèngzǐ yǔ qítā háizi de hùdòng zhīhòu， rènwéiMèngzǐ

如果總是 用 商人 討價還價的語氣來說話，就
rúguǒ zǒngshì yòng shāngrén tǎojiàhuánjià de yǔqì lái shuōhuà， jiù

無法 養成 端正 的人格，因此孟子的媽媽決定
wúfǎ yǎngchéng duānzhèng de réngé， yīncǐ Mèngzǐ de māma juédìng

再次帶著孟子搬家到更 適合他 成長 的 環境。
zàicì dàizheMèngzǐ bānjiā dàogèng shìhé tā chéngzhǎng de huánjìng。

這一次，孟子與他的媽媽搬到了一間 小學校
zhèyícì， Mèngzǐ yǔ tā de māma bāndàole yìjiān xiǎoxuéxiào

旁 。從一大早開始，就可以聽到學校裡 傳出
páng。cóng yídàzǎo kāishǐ， jiù kěyǐ tīngdào xuéxiào lǐ chuánchū

學生 朗誦 課本的 聲音，從 窗戶 望進教室，
xuéshēng lǎngsòng kèběn de shēngyīn ， cóng chuānghù wàngjìn jiàoshì ，

也 能 看得到 學生 用功 念書的 模樣，而且
yě néng kàndedào xuéshēng yònggōng niànshū de móyàng ， érqiě

每天 早上 上課及 傍晚 放學時， 學生 及老師
měitiān zǎoshàng shàngkè jí bāngwǎn fàngxuéshí ， xuéshēng jí lǎoshī

總會在學堂 門口 恭敬 地互相 鞠躬、打招呼。
zǒnghuì zài xuétáng ménkǒu gōngjìng de hùxiàng júgōng 、 dǎzhāohū 。

孟子一開始看到 學校裡的大哥哥相互鞠躬、
Mèngzǐ yìkāishǐ kàndào xuéxiào lǐ de dàgēgē xiānghù júgōng 、

打招呼的樣子，感到十分有趣，所以就跟著他們
dǎzhāohū de yàngzi ， gǎndào shífēn yǒuqù ， suǒyǐ jiù gēnzhe tāmen

一同行禮問好，過了不久，這些舉動就 變成了
yìtóng xínglǐ wènhǎo ， guòlebùjiǔ ， zhèxiē jǔdòng jiù biànchéngle

孟子的習慣，不管到哪裡，孟子都會有禮貌地
Mèngzǐ de xíguàn ， bùguǎn dào nǎlǐ ， Mèngzǐ dōuhuì yǒulǐmàode

向 大家問好。
xiàng dàjiā wènhǎo 。

　　幾個月後，孟子的母親 將 孟子送進了
jǐge yuè hòu ， Mèngzǐ de mǔqīn jiāng Mèngzǐ sòngjìnle

學校，孟子就開始跟著裡頭的 學生 一起念書。
xuéxiào ， Mèngzǐ jiù kāishǐ gēnzhe lǐtóu de xuéshēng yìqǐ niànshū 。

聰明 的孟子學得既快又好，在日復一日、
cōngmíng de Mèngzǐ xué de jì kuài yòu hǎo ， zài rìfùyírì 、

年復一年的努力下，他成了大家熟知的哲學家，
niánfùyìnián de nǔlì xià ， tā chéngle dàjiā shúzhīde zhéxuéjiā ，

而 能 有如此 偉大 的 成就 ， 他的 母親 真是
ér néng yǒu rúcǐ wěidà de chéngjiù ， tā de mǔqīn zhēnshì

功不可沒啊！
gōngbùkěmò a ！

# Mạnh Tử và mẹ

(二) 譯文
yìwén

Lịch sử Trung Quốc có nhiều nhà triết học quan trọng, họ có ảnh hưởng lớn với giáo dục, văn hóa, chính trị của Trung Quốc, và Mạnh Tử là một trong số họ. Mạnh Tử có thể trở thành một nhà triết học hiền đức như vậy, đều nhờ mẹ ông rất xem trọng giáo dục, cũng nhờ người mẹ tận tâm và có tầm nhìn xa này, triết học Trung Quốc mới có thể phát triển rực rỡ đến thế.

Khi Mạnh Tử còn là một đứa trẻ, cha ông đã qua đời, mẹ Mạnh Tử vì muốn tiện bề thờ cúng người chồng đã khuất nên đã cùng Mạnh Tử đến ở gần nghĩa trang. Do nghĩa trang thường có nhiều người đến khóc lóc, hoặc cúng bái người thân đã mất, nên khi Mạnh Tử nhìn thấy, lúc đầu cảm thấy tò mò, nhưng về sau cậu quen dần. Khi chơi đùa cùng bạn bè, cậu xem nghi thức cúng bái như một trò chơi, thậm chí còn bắt chước họ khóc lóc thảm thiết để trò chơi sống động hơn.

Sau khi mẹ Mạnh Tử nhìn thấy con chơi đùa

cùng bạn bè, bà lo lắng khi Mạnh Tử xem nghi thức nghiêm túc và bi thương này như một trò chơi, lại cảm thấy nếu sống ở gần nghĩa trang, Mạnh Tử chỉ có thể học được những chuyện về cúng bái, sau này lớn lên sẽ không thể trở thành một người hiểu lễ nghĩa, vì vậy bà cho rằng đây không phải là một nơi thích hợp để nuôi dạy con, bà liền dẫn Mạnh Tử dọn đến nơi khác. Sau khi rời khỏi nghĩa trang, hai mẹ con Mạnh Tử chuyển đến gần chợ. Chợ ngày nào cũng nhộn nhịp, Mạnh Tử thường vui vẻ chơi đùa trong chợ, nhìn mọi người buôn bán rau củ quả, các loại thịt và những vật dụng khác. Trong tất cả các quầy hàng trong chợ, thu hút Mạnh Tử nhất chính là quầy thịt heo, cậu thích nhìn người bán chặt từng miếng thịt rồi bày trên bàn, để mọi người chọn lựa, mua sắm. Mạnh Tử luôn đứng bên cạnh quầy thịt heo, tỉ mỉ quan sát người bán thịt chặt thịt như thế nào, rao bán quảng cáo quầy thịt của mình như thế nào. Thời gian trôi, Mạnh Tử dần dần đã học được cách bắt chước cách cầm dao chặt thịt của người bán, khi chơi đùa cùng lũ trẻ trong chợ, cậu cũng dùng giọng điệu rao bán của người bán thịt để trò chuyện với bạn bè. Khi mẹ Mạnh Tử nhìn thấy con mình vui đùa với bạn bè như thế, bà cho rằng nếu

Mạnh Tử cứ dùng giọng điệu mặc cả của người mua kẻ bán để nói chuyện, sau này sẽ không thể trở thành một người đoan chính, nên bà quyết định lại chuyển nhà đến nơi ở mới thích hợp cho Mạnh Tử hơn.

Lần này, Mạnh Tử và mẹ chuyển đến gần một trường học. Từ sáng sớm đã có thể nghe thấy tiếng đọc sách của học trò, từ cửa sổ nhìn vào lớp học, cũng có thể nhìn thấy dáng vẻ chăm chỉ đọc sách của các trẻ. Hơn nữa mỗi ngày vào buổi sáng khi vào lớp và chiều tối khi tan trường, học sinh và giáo viên đều đứng trước cổng kính cẩn cúi chào nhau. Mạnh Tử thoạt đầu nhìn thấy các anh trong trường cúi đầu chào hỏi nhau, cảm thấy vô cùng thích thú, nên đã bắt chước họ hành lễ như vậy. Không lâu sau, những hành động này trở thành thói quen của Mạnh Tử, dù ở nơi nào, Mạnh Tử đều lễ phép chào hỏi mọi người.

Vài tháng sau, mẹ của Mạnh Tử gửi cậu vào trường, Mạnh Tử bắt đầu cùng những học sinh khác học tập. Mạnh Tử rất thông minh nên học rất nhanh lại rất giỏi, dưới sự cố gắng không ngừng, ông đã trở thành một nhà triết học được mọi người biết đến, và thành tích vĩ đại như thế, đều nhờ công lao của mẹ ông!

## (三) 名詞解釋
míngcí jiěshì

| | 生詞 | 漢語拼音 | 解釋 |
|---|---|---|---|
| 1 | 哲學家 | zhéxuéjiā | nhà triết học |
| 2 | 影響 | yǐngxiǎng | ảnh hưởng |
| 3 | 偉大 | wěidà | vĩ đại |
| 4 | 賢能 | xiánnéng | hiền nhân |
| 5 | 多虧 | duōkuī | may nhờ … |
| 6 | 精彩 | jīngcǎi | xuất sắc, rực rỡ |
| 7 | 蓬勃 | péngbó | mạnh mẽ, phồn vinh |
| 8 | 祭拜 | jìbài | cúng tế |
| 9 | 過世 | guòshì | chết, qua đời |
| 10 | 墓園 | mùyuán | nghĩa trang |
| 11 | 送葬 | sòngzàng | đưa tang |
| 12 | 葬禮 | zànglǐ | đám ma |
| 13 | 儀式 | yíshì | lễ, nghi thức |
| 14 | 嚎啕大哭 | háotáodàkū | khóc lóc thảm thiết |
| 15 | 養育 | yǎngyù | nuôi dưỡng |
| 16 | 知書達禮 | zhīshūdálǐ | có tri thức, hiểu lễ nghĩa |
| 17 | 穿梭 | chuānsuō | qua lại |
| 18 | 屠夫 | túfū | người bán thịt, đồ tể |
| 19 | 攤販 | tānfàn | quầy hàng |
| 20 | 吆喝 | yāohè | kêu la |
| 21 | 口吻 | kǒuwěn | giọng điệu |
| 22 | 討價還價 | tǎojiàhuánjià | mặc cả, trả giá |
| 23 | 朗誦 | lǎngsòng | đọc diễn cảm, ngâm nga |

| | 生詞 | 漢語拼音 | 解釋 |
|---|---|---|---|
| 24 | 學堂 | xuétáng | trường học |
| 25 | 恭敬 | gōngjìng | cung kính, kính cẩn |
| 26 | 鞠躬 | júgōng | cúi chào |

# 十一、杯子裡有蛇
## bēizi lǐ yǒushé

**(一) 文章**
Wénzhāng

從前 ， 有個叫 樂廣 的人，個性大方又
cóngqián ， yǒu ge jiào Yuèguǎng de rén ， gèxìng dàfāng yòu

好客，喜歡 邀請 好友們 到家裡吃飯喝酒，所以
hàokè ， xǐhuān yāoqǐng hǎoyǒumen dào jiālǐ chīfàn hējiǔ ， suǒyǐ

他家 總是 熱熱鬧鬧 的。 樂廣 常邀 的 朋友
tājiā zǒngshì rèrènàonào de。 Yuèguǎng chángyāo de péngyǒu

中 ， 杜宣可以說最投他的緣 ， 兩人聚在一起
zhōng， Dùxuān kěyǐ shuō zuì tóu tā de yuán， liǎngrén jùzài yìqǐ

談天說地， 往往 一聊就忘了時間。 兩人 經 常
tántiānshuōdì， wǎngwǎng yì liáo jiù wàngle shíjiān。 liǎngrén jīngcháng

從 吃晚餐開始，接著喝酒、吃宵夜，再下棋、 玩
cóngchīwǎncān kāishǐ， jiēzhe hējiǔ、 chīxiāoyè， zài xiàqí、 wán

牌，一路到 天亮 都不會累。
pái， yílù dàotiānliàngdōu búhuì lèi。

杜宣 這人很愛旅行，一次，他又 準備 到
Dùxuān zhèrén hěn àilǚxíng， yícì， tā yòu zhǔnbèi dào

南 方 走走，這一去就要六個月， 樂廣 在他
nán fāng zǒuzǒu， zhèyíqù jiù yào liùgeyuè， Yuèguǎng zài tā

走前， 慎重 地辦了 場 惜別會。那天 晚上 ，
zǒu qián， shènzhòng de bànle chǎng xíbiéhuì。 nàtiān wǎnshàng，

樂廣 請杜宣到家裡最豪華的廳堂 用餐， 廳堂
Yuèguǎng qǐng Dùxuāndào jiālǐ zuìháohuá de tīngtáng yòngcān， tīngtáng

裡 處處 可見 高級 的 建材 和 稀有 的 珠寶 ， 其中 最
lǐ chùchù kějiàn gāojí de jiàncái hàn xīyǒu de zhūbǎo ， qízhōng zuì

珍貴 的 是 ， 餐桌 旁 柱子 上 那 副 紫紅色 的 大弓 。
zhēnguì de shì ， cānzhuōpáng zhùzi shàng nàfù zǐhóngsè de dàgōng 。

兩個人 坐定 後 ， 一如 往常 ， 一邊 喝酒 ， 一邊
liǎnggerén zuòdìng hòu ， yìrúwǎngcháng ， yìbiān hējiǔ ， yìbiān

聊天 ， 說著 說著 又 忘了 時間 。 最後 還是 樂廣 見
liáotiān ， shuōzheshuōzheyòuwàngleshíjiān 。 zuìhòu háishì Yuèguǎngjiàn

時候 不早 了 ， 才 依依不捨 地 派車 送 杜宣 回去 。
shíhòu bùzǎo le ， cái yīyībùshě de pàichē sòng Dùxuān huíqù 。

　　杜宣 不在 的 六個月 當中 ， 樂廣 家中 雖然
Dùxuān búzài de liùgeyuè dāngzhōng ， Yuèguǎngjiāzhōng suīrán

仍是 高朋滿座 ， 宴會 不斷 ， 但是 樂廣 心裡
réngshì gāopéngmǎnzuò ， yànhuì búduàn ， dànshì Yuèguǎng xīnlǐ

總是 念念不忘 杜宣 ！ 好不容易 杜宣 終於 回來
zǒngshì niànniànbúwàng Dùxuān ！ hǎobùróngyì Dùxuān zhōngyú huílái

了 ， 樂廣 迫不及待 地 派 僕人 去 邀請 他 到 家中 ，
le ， Yuèguǎng pòbùjídài de pài púrén qù yāoqǐng tā dàojiāzhōng ，

沒想到 ， 僕人 卻 回來 說 杜宣 讓 家人 轉告 身體
méixiǎngdào ， púrén què huílái shuō Dùxuānràng jiārén zhuǎngào shēntǐ

不舒服 ， 不能 過去 。 這 讓 樂廣 覺得 很 奇怪 ，
bùshūfú ， bùnéng guòqù 。 zhè ràng Yuèguǎng juédé hěn qíguài ，

因為 杜宣 一向 很 健康 ， 而且 他 應該 也 很 期待 和
yīwèi Dùxuān yíxiànghěnjiànkāng ， érqiě tā yīnggāi yě hěn qídài hàn

自己 碰面 啊 ！ 然而 聽到 他 的 婉拒 ， 也 不好意思
zìjǐ pèngmiàn a ！ ránér tīngdào tāde wǎnjù ， yě bùhǎoyìsi

強迫 ， 只能 改天 再約 。 之後 的 一個月 內 ， 樂廣
qiángpò ， zhǐnéng gǎitiān zài yuē 。 zhīhòu de yígeyuè nèi ， Yuèguǎng

又 派人 去 邀了 杜宣 好多次 ， 但是 怎麼樣 都
yòu pài rén qù yāole Dùxuān hǎoduōcì ， dànshì zěnmeyàng dōu

76

找不到他！這讓 樂廣 覺得很可疑，於是 決定
zhǎobúdào tā ！ zhè ràng Yuèguǎng juéde hěn kěyí ， yúshì juédìng

親自 登門 拜訪。結果一到杜宣家，裡面 充滿
qīnzì dēngmén bàifǎng。 jiéguǒ yídào Dùxuān jiā， lǐmiàn chōngmǎn

濃濃 的藥味，嗆 得 樂廣 直掉眼淚。再仔細
nóngnóng de yàowèi， qiàng de Yuèguǎng zhí diàoyǎnlèi。 Zài zǐxì

一看，杜宣雖然好好地坐在椅子上，但臉色
yíkàn， Dùxuān suīrán hǎohǎo de zuòzài yǐzi shàng， dàn liǎnsè

很差，整個人瘦了一大圈！杜宣說，自從出發
hěn chā， zhěnggerén shòule yídàquān！ Dùxuān shuō， zìcóng chūfā

前一天在 樂廣 家喝酒，在酒杯 中 看到一條
qiányìtiān zài Yuèguǎng jiā hējiǔ ， zài jiǔbēi zhōng kàndào yìtiáo

紅色的小蛇，他就病倒了，甚至沒有按照計畫
hóngsè de xiǎoshé， tā jiù bìngdǎo le ， shènzhì méiyǒu ànzhào jìhuà

去旅行。 樂廣 想了又想，怎麼樣都不可能
qù lǚxíng。 Yuèguǎng xiǎng le yòu xiǎng， zěnmeyàng dōu bùkěnéng

讓 好友喝到有蛇的酒啊！便跑回家，走進那晚
ràng hǎoyǒu hēdào yǒu shé de jiǔ a ！ biànpǎo huíjiā， zǒujìn nàwǎn

的廳堂，並坐在杜宣 當天坐的位子上 喝酒，
de tīngtáng， bìng zuòzài Dùxuān dāngtiān zuò de wèizi shàng hējiǔ，

結果 杯中 眞的有條 小紅蛇！吃驚之餘，他回頭
jiéguǒ bēizhōng zhēnde yǒutiáo xiǎohóngshé！ chījīng zhīyú， tā huítóu

向上 看，這一看找出了原因，原來是柱子
xiàngshàng kàn， zhè yíkàn zhǎochū le yuányīn， yuánlái shì zhùzi

上 的弓，反射 形成 倒影，那倒影看起來就
shàng de gōng， fǎnshè xíngchéng dàoyǐng， nà dàoyǐng kànqǐlái jiù

像 一條小蛇。眞相大白後， 樂廣 開心地 請
xiàng yìtiáo xiǎoshé。 zhēnxiàngdàbái hòu， Yuèguǎng kāixīn de qǐng

人帶杜宣來家裡，然後仔細地解釋前因後果 讓
rén dài Dùxuān lái jiālǐ， ránhòu zǐxì de jiěshì qiányīnhòuguǒ rang

杜宣 知道。杜宣 明白 後，沒多久，病 就 好了。
Dùxuān zhīdào。Dùxuān míngbái hòu，méiduōjiǔ，bìng jiù hǎole。

之後，兩個人 又 開始 高高興興 地聚餐了！
zhīhòu，liǎnggerén yòu kāishǐ gāogāoxìngxìng de jùcān le！

# Trong ly có rắn

Ngày xưa, có một người tên là Nhạc Quảng, tính cách hào phóng và hiếu khách, ông thích mời bạn bè đến nhà dùng bữa uống rượu, vì thế nhà của ông lúc nào cũng náo nhiệt. Trong số những người bạn của Nhạc Quảng, Đỗ Tuyên có thể nói là người hợp ý với ông nhất, hai người thường cùng nhau nói chuyện trên trời dưới đất, lúc nào cũng trò chuyện đến quên cả thời gian. Hai người thường bắt đầu từ bữa tối, sau đó uống rượu, ăn khuya, rồi chơi cờ, đánh bài, cứ thế đến sáng không biết mệt mỏi.

Đỗ Tuyên này rất thích du lịch, có lần, ông chuẩn bị đi về phía Nam, lần này sẽ đi tận 6 tháng, trước khi đi, Nhạc Quảng đã cẩn thận thiết đãi một bữa tiệc chia tay. Đêm đó, Nhạc Quảng đã mời Đỗ Tuyên đến dùng bữa tại đại sảnh sang trọng nhất trong nhà, khắp nơi trong sảnh đều là những vật liệu cao cấp và châu báu hiếm có, trong đó quý báu nhất chính là thanh cung màu đỏ tím được treo trên cột nhà cạnh bàn ăn. Sau khi hai người đã ngồi xuống, như thường lệ, họ vừa uống rượu vừa trò chuyện, đến quên cả thời gian. Cuối cùng Nhạc Quảng thấy trời không còn sớm nữa, mới bịn rịn gọi xe đến tiễn Đỗ Tuyên về.

Trong sáu tháng Đỗ Tuyên rời đi, nhà của Nhạc Quảng khách vẫn đến rất đông, yến tiệc không dứt, nhưng Nhạc Quảng vẫn luôn nhớ đến Đỗ Tuyên. Cuối cùng Đỗ Tuyên cũng đã trở về, Nhạc Quảng vội vã phái người đến mời Đỗ Tuyên đến nhà, không ngờ, người hầu trở về báo Đỗ Tuyên cảm thấy không khỏe, không thể đến được. Điều này khiến Nhạc Quảng cảm thấy rất kỳ lạ, vì Đỗ Tuyên trước giờ đều rất khỏe mạnh, hơn nữa ông ấy chắc cũng mong được gặp mình mà! Nhưng nghe lời khước từ của bạn, ông cũng không muốn gượng ép, đành đợi vài ngày sau hẹn lại. Trong một tháng sau đó, Nhạc Quảng nhiều lần đến mời Đỗ Tuyên, nhưng không thể nào tìm được ông ấy! Điều này khiến Nhạc Quảng cảm thấy rất khả nghi, nên ông quyết định tự mình đến thăm bạn. Vừa đến nhà Đỗ Tuyên, đã thấy trong nhà nồng nặc mùi thuốc, nồng đến nỗi sặc chảy cả nước mắt. Nhìn kỹ lại, Đỗ Tuyên tuy ngồi yên trên ghế, nhưng sắc mặt rất tệ, cả người gầy sọp hẳn đi! Đỗ Tuyên nói, từ hôm uống rượu tại nhà Nhạc Quảng, ông nhìn thấy một con rắn trong ly rượu nên đã ngã bệnh, thậm chí không thể đi du lịch như kế hoạch ban đầu. Nhạc Quảng nghĩ đi nghĩ lại, không thể nào ông lại để cho bạn của mình uống phải ly rượu có rắn chứ! Ông liền chạy về nhà,

bước vào nhà ăn đêm đó, và ngồi vào chỗ hôm đó Đỗ Tuyên ngồi uống rượu, quả thật trong ly rượu có một con rắn nhỏ màu đỏ. Ông ngạc nhiên nhìn lên trên, vừa nhìn lên đã tìm ra nguyên nhân, thì ra thanh cung trên cột nhà bị phản xạ ánh sáng tạo thành cái bóng ngược, cái bóng này hệt như một con rắn vậy. Sự việc đã rõ ràng, Nhạc Quảng vui vẻ mời Đỗ Tuyên đến nhà, cẩn thận giải thích mọi chuyện cho Đỗ Tuyên hiểu. Sau khi hiểu ra mọi chuyện, không lâu sau, bệnh cũng khỏi. Về sau, hai người lại có thể tiếp tục vui vẻ tụ họp!

## (三)名詞解釋
míngcí jiěshì

| | 生詞 | 漢語拼音 | 解釋 |
|---|---|---|---|
| 1 | 大方 | dàfāng | hào phóng |
| 2 | 好客 | hàokè | hiếu khách |
| 3 | 熱熱鬧鬧 | rèrènàonào | náo nhiệt, nhộn nhịp |
| 4 | 談天說地 | tántiānshuōdì | nói chuyện trên trời dưới đất |
| 5 | 慎重 | shènzhòng | thận trọng, cẩn thận |
| 6 | 惜別會 | xíbiéhuì | tiệc chia tay |
| 7 | 豪華 | háohuá | hào hoa, sang trọng |
| 8 | 廳堂 | tīngtáng | đại sảnh, phòng lớn |
| 9 | 高級 | gāojí | cao cấp |
| 10 | 稀有 | xīyǒu | hiếm có |
| 11 | 珍貴 | zhēnguì | quí báu |
| 12 | 依依不捨 | yīyībùshě | bịn rịn, quyến luyến không rời |
| 13 | 高朋滿座 | gāopéngmǎnzuò | khách đến chật nhà |
| 14 | 念念不忘 | niànniànbùwàng | ghi nhớ trong tim không lúc nào quên |
| 15 | 迫不及待 | pòbùjídài | nóng lòng, không thể đợi thêm |
| 16 | 婉拒 | wǎnjù | khéo léo khước từ |
| 17 | 強迫 | qiǎngpò | ép buộc |
| 18 | 可疑 | kěyí | khả nghi, đáng nghi |
| 19 | 按照 | ànzhào | theo |
| 20 | 吃驚 | chījīng | giật mình, hoảng hốt |
| 21 | 反射 | fǎnshè | phản xạ |
| 22 | 形成 | xíngchéng | tạo thành, hình thành |

| | 生詞 | 漢語拼音 | 解釋 |
|---|---|---|---|
| 23 | 倒影 | dàoyǐng | hình ngược, bóng ngược |
| 24 | 真相大白 | zhēnxiàngdàbái | chân tướng rõ ràng, sự thật rõ ràng |
| 25 | 前因後果 | qiányīnhòuguǒ | tiền căn hậu quả, nguyên nhân và kết quả |
| 26 | 誠懇 | chéngkěn | thành thật |

# 十二、背負 重物 的 小蟲
### bēifù zhòngwù de xiǎochóng

㈠ 文章
Wénzhāng

在 著名 的 希臘 神話 中 ， 有個 名叫
zài zhùmíng de Xīlà shénhuà zhōng ， yǒu ge míngjiào

西西弗斯的人，他因爲犯了錯，所以被地獄之 神
Xīxīfúsī de rén， tā yīnwèi fàn le cuò， suǒyǐ bèi dìyù zhī shén

處罰搬石頭。這個處罰可真不 輕鬆 ，因爲地獄
chǔfá bān shítóu。 zhège chǔfá kě zhēn bù qīngsòng， yīnwèi dìyù

之神要他將石頭從 山腳下搬到 山頂 ，安放好
zhī shényào tā jiāng shítóu cóng shānjiǎo xià bāndào shāndǐng， ānfànghǎo

後，才能 算是 完成 任務。但是，可憐的
hòu， cái néng suànshì wánchéng rènwù。 dànshì， kělián de

西西弗斯，每 當他千辛萬苦地將巨石推到 山頂
Xīxīfúsī， měidāng tā qiānxīnwànkǔ de jiāng jùshí tuī dào shāndǐng

的時候，石頭卻又骨碌骨碌地滾回山谷，因此他
de shíhòu， shítóu quèyòu gulugulu de gǔn huí shāngǔ， yīncǐ tā

只能一次又一次地重來， 完完全全 沒有休息
zhǐnéng yícì yòu yícì de chónglái， wánwánquánquán méiyǒu xiūxí

的一天。
de yìtiān。

在 中國 也有一個很類似的故事，但故事
zài zhōngguó yě yǒu yíge hěn lèisì de gùshì ， dàn gùshì

中 搬東西的並不是人，而是一隻 小小 的蟲子。
zhōng bāndōngxi de bìngbúshì rén， érshì yìzhī xiǎoxiǎo de chóngzi。

話說 這隻 小小 的 蟲子 很善於搬運東西，而且
huàshuō zhèzhī xiǎoxiǎo de chóngzi hěn shànyú bānyùn dōngxi ， érqiě

還可以 邊走邊撿拾路上的 東 西。只見牠 背上
hái kěyǐ biānzǒubiān jiǎnshí lùshàng de dōng xi 。 zhǐjiàn tā bèishàng

的東西愈堆愈高，而牠卻絲毫不嫌 重 ，頭抬得
de dōngxi yù duī yù gāo ， ér tā què sīháo bùxián zhòng ， tóu tái de

高高的， 步伐 也沒放 慢 ，一樣繼續 往前 走，
gāogāo de ， bùfá yě méifàngmàn ， yíyàng jìxù wǎngqián zǒu，

一副很驕傲的樣子。
yífù hěn jiāoào de yàngzi 。

　　正 因爲 小蟲子 以自己 能 背 重物 爲榮 ，
zhèng yīnwèi xiǎochóngzi yǐ zìjǐ néng bēi zhòngwù wéi róng ，

84

所以即便 背上 物件的 重量 已經壓得牠 喘 不過
suǒyǐ jíbiàn bèishàngwùjiàn de zhòngliàng yǐjīng yā de tā chuǎn bú guò

氣，都 快走不動了，牠仍然吃力地 向前 行，
qì ， dōukuàizǒu bú dòng le ， tā réngrán chīlì de xiàngqián xíng ，

完全 沒有要停下來休息的意思。有時候，人們
wánquán méiyǒu yào tíngxià lái xiūxí de yìsi 。 yǒushíhòu ， rénmen

看 小蟲子 舉步維艱的 樣子很可憐， 就 主動 幫
kàn xiǎochóngzi jǔbù wéijiān de yàngzi hěn kělián ， jiù zhǔdòng bāng

牠拿掉 背上 的東西，讓牠喘口氣休息一下。但
tā nádiào bèishàng de dōngxi ， ràng tā chuǎnkǒuqì xiūxí yíxià 。 dàn

小蟲子 似乎不領情，依然放不下身邊 的東西，
xiǎochóngzi sìhū bù lǐngqíng ， yīrán fàngbúxià shēnbiān de dōngxi ，

於是又再度撿拾 身旁 的塵土，繼續 向前 走去，
yúshì yòu zàidù jiǎnshí shēnpáng de chéntǔ ， jìxù xiàngqián zǒu qù ，

而且還 專挑 難走的斜坡，一路 向 高處爬去。
érqiě hái zhuāntiāo nánzǒu de xiépō ， yílù xiàng gāochù páqù 。

一步接著一步，氣力都 快 用光 了，也還是
yíbù jiēzhe yíbù ， qìlì dōukuài yòngguāng le ， yě háishì

不肯停下來！結果，身背重物，又一路 向上
bùkěn tíng xià lái ! jiéguǒ , shēn bēi zhòngwù , yòu yílù xiàngshàng

爬，最後就只能 面對 失去 平衡 而 摔倒 死去的
pá , zuìhòu jiù zhǐnéng miànduì shīqù pínghéng ér shuāidǎo sǐqù de

後果。
hòuguǒ 。

你們説 這種 小蟲子和西西弗斯 像不像 ？
nǐmen shuō zhèzhǒng xiǎochóngzihàn Xīxīfúsī xiàngbúxiàng ？

兩者 都企圖 將 重物 從 山腳下 運到 山頂 ，
liǎngzhě dōu qitú jiāng zhòngwù cóng shānjiǎoxià yùndào shāndǐng ，

並且一樣都失敗了。其實，抓著錢財或權力不放
bìngqiě yíyàng dōu shībài le 。 qíshí , zhuāzheqiáncáihuò quánlì búfàng

的人們，不也像 小蟲子 一樣？ 明明 背上
de rénmen , bù yě xiàng xiǎochóngzi yíyàng ？ míngmíng bèishàng

的東西已經夠多夠 重 了，成了「守財奴」、
de dōngxi yǐjīng gòuduō gòuzhòng le , chéngle 「 shǒucáinú 」

「守權奴」，卻還要更多 ！最後，是否家人
「 shǒuquánnú 」 , què háiyào gèngduō ！ zuìhòu , shìfǒu jiārén

沒了、 朋友 沒了、 時間也沒了，人們才會 清醒
méile 、 péngyǒu méile 、 shíjiān yě méile , rénmen cáihuì qīngxǐng

呢 ？
ne ？

# Chú sâu vác đồ nặng

(二) 譯文
yìwén

Trong thần thoại Hy Lạp nổi tiếng, có một người

đàn ông tên là Sisyphus, vì ông phạm lỗi nên phải chịu sự trừng phạt của Thần Địa Ngục là đẩy đá. Hình phạt này không hề dễ dàng, bởi vì Thần Địa Ngục muốn ông đẩy đá từ chân núi lên đỉnh núi, sau khi sắp đặt xong mới xem là hoàn thành nhiệm vụ. Tuy nhiên, Sisyphus tội nghiệp, mỗi khi ông vất vả đẩy tảng đá lên đến đỉnh núi, tảng đá lại lăn ngay về chân núi, do đó ông đành phải đẩy đi đẩy lại, lần này qua lần khác không có một ngày nghỉ ngơi.

Ở Trung Quốc cũng có một câu chuyện giống như vậy, nhưng trong chuyện này đẩy đồ vật không phải là một con người mà một chú sâu nhỏ. Chú sâu nhỏ này rất giỏi đẩy đồ vật, hơn nữa còn vừa đi vừa nhặt đồ vật trên đường. Chỉ thấy đồ vật trên lưng chú ngày một cao hơn, nhưng chú sâu không cảm thấy nặng nề gì, đầu vẫn ngẩng cao, bước đi cũng không chậm lại, vẫn tiếp tục tiến lên phía trước với dáng vẻ rất tự hào.

Chú sâu nhỏ tự hào về khả năng vác đồ của mình nên dù vật nặng đến nỗi chú hết hơi, bước không nổi nữa, chú vẫn cố gắng bước tiếp về phía trước, hoàn toàn không có ý định dừng lại nghỉ ngơi. Có lúc, con người thấy chú sâu nhỏ bước đi vất vả thật tội nghiệp, chủ động giúp nó lấy bớt đồ trên người xuống, để chú nghỉ ngơi thở một lúc. Nhưng chú sâu nhỏ dường như không chút cảm kích, vẫn không thể buông bỏ những thứ xung quanh, nên chú lại tiếp tục nhặt những cục đất bên cạnh, rồi tiếp tục bước đi, hơn nữa, chú còn cố ý chọn đường dốc khó đi, tiếp tục leo lên trên cao. Từng bước từng bước một, chú sâu gần như đã dùng hết sức rồi nhưng vẫn không chịu dừng lại! Cuối cùng, trên người vác vật nặng, lại còn liên tục leo lên cao, nên chú bị mất thân bằng và ngã lăn ra chết.

Các bạn thấy chú sâu nhỏ và Sisyphus có giống nhau không? Cả hai đều cố vác vật nặng từ chân núi lên đỉnh núi, và cả hai đều thất bại. Trong thực tế, những người cố nắm giữ tiền bạc hay quyền lực không buông, có phải rất giống với chú sâu nhỏ này? Dù cho đồ vật trên lưng đã rất nặng rồi, trở thành "nô lệ giữ của", "nô lệ giữ quyền", nhưng vẫn muốn nhiều hơn thế! Cuối cùng, có phải đến khi người thân không còn, bạn bè không còn, cả thời gian cũng không còn, con người mới tỉnh ngộ ra được?

## ㈢名詞解釋
míngcí jiěshì

| | 生詞 | 漢語拼音 | 解釋 |
|---|---|---|---|
| 1 | 著名 | zhùmíng | nổi tiếng |
| 2 | 希臘 | Xīlà | Hy Lạp |
| 3 | 神話 | shénhuà | thần thoại |
| 4 | 處罰 | chǔfá | trừng phạt |
| 5 | 輕鬆 | qīngsōng | nhẹ nhàng, đơn giản |
| 6 | 山頂 | shāndǐng | đỉnh núi |
| 7 | 任務 | rènwù | nhiệm vụ, công việc |
| 8 | 千辛萬苦 | qiānxīnwànkǔ | trăm đắng ngàn cay, vô cùng cực khổ |
| 9 | 骨碌骨碌 | gulugulu | lăn lông lốc |
| 10 | 善於 | shànyú | chuyên, giỏi về … |
| 11 | 撿拾 | jiǎnshí | nhặt |
| 12 | 絲毫 | sīháo | mảy may, chút nào |
| 13 | 驕傲 | jiāoào | kiêu ngạo |
| 14 | 吃力 | chīlì | vất vả, hao sức |
| 15 | 舉步維艱 | jǔbùwéijiān | bước đi khó khăn |
| 16 | 可憐 | kělián | tội nghiệp |
| 17 | 企圖 | qìtú | thử, cố gắng |
| 18 | 錢財 | qiáncái | tiền tài |
| 19 | 權力 | quánlì | quyền lực |
| 20 | 反省 | fǎnxǐng | hối lỗi, phản tỉnh |
| 21 | 固執 | gùzhí | cố chấp |
| 22 | 謙虛 | qiānxū | khiêm tốn |
| 23 | 奴隸 | núlì | nô lệ |

# 十三、塞翁失馬

sàiwēng shī mǎ

**(一) 文章**
Wénzhāng

你有東西不見的經驗嗎？東西丟掉時是不是
nǐ yǒu dōngxi bújiàn de jīngyàn ma ？ dōngxi diūdiào shí shìbúshì

很難過、很沮喪呢？其實，東西不見了，並
hěn nánguò、hěn jǔsàng ne ？ qíshí ， dōngxi bújiàn le ， bìng

不一定是件壞事，有時它反而可能帶來意想不到
bùyídìng shì jiànhuàishì， yǒushí tā fǎnér kěnéng dàilái yìxiǎngbúdào

的結果。有一個中國古老的故事就在講這麼
de jiéguǒ。 yǒu yíge Zhōngguó gǔlǎo de gùshì jiù zài jiǎng zhème

一件事，現在我們一起來看看吧！
yíjiàn shì， xiànzài wǒmen yìqǐ lái kànkàn ba ！

在靠近廣大草原的邊界，住著一位擅長
zài kàojìn guǎngdà cǎoyuán de biānjiè， zhù zhe yíwèi shàncháng

馴服馬的老人和他的兒子。他們養了許多匹馬，
xùnfú mǎ de lǎorén hàn tā de érzi。 tāmen yǎng le xǔduō pī mǎ，

每匹馬都能跑得又快又遠又不容易疲累，
měi pī mǎ dōu néng pǎo de yòu kuài yòu yuǎn yòu bùróngyì pílèi，

正因如此，老人所馴養的馬成了大家心目中的
zhèngyīnrúcǐ， lǎorén suǒxùnyǎng de mǎ chéng le dàjiā xīnmùzhōng de

第一選擇，雖然他們的馬價錢高了點，但卻賣得
dìyī xuǎnzé， suīrán tāmen de mǎ jiàqián gāolediǎn， dànquèmài de

非常好。
fēichánghǎo。

有一天，老人家中最好的一匹馬無緣無故地
yǒuyìtiān，lǎorén jiāzhōng zuìhǎo de yìpī mǎ wúyuánwúgù de

越過圍欄、穿越邊界，跑到了草原的另一頭！
yuèguò wéilán、chuānyuè biānjiè，pǎodào le cǎoyuán de lìngyìtóu！

由於事情發生得太突然，老人和兒子根本來不及
yóuyú shìqíng fāshēng de tài túrán，lǎorén hàn érzi gēnběn láibùjí

追。鄰居們知道後都很驚訝，但他們也沒能幫
zhuī。línjūmen zhīdào hòu dōu hěn jīngyà，dàn tāmen yě méinéng bāng

得上忙，只能安慰老人說：「不要難過，
de shàng máng，zhǐnéng ānwèi lǎorén shuō：「búyào nánguò，

你還有很多好馬。」說也奇怪，老人看起來
nǐ háiyǒu hěnduō hǎomǎ。」shuōyěqíguài，lǎorén kànqǐlái

一點也不悲傷。聽了鄰居的安慰，只是淡淡
yìdiǎnyěbù bēishāng。tīng le línjū de ānwèi，zhǐshì dàndàn

地回答：「丟了馬，究竟是福？是禍？誰知道
de huídá：「diūle mǎ，jiùjìng shì fú？shì huò？shuí zhīdào

呢！」過了幾個月，跑丟了的馬竟然回來了，
ne！」guòle jǐgeyuè，pǎodiūle de mǎ jìngrán huíláile，

而且還帶回一匹毛色光滑、跑起來飛快的
érqiě hái dàihuí yìpī máosè guānghuá、pǎoqǐlái fēikuài de

駿馬！人們看見了，直誇不可思議，個個張口
jùnmǎ！rénmen kànjiànle，zhí kuā bùkěsīyì，gègè zhāngkǒu

恭喜老人：「你的運氣真好啊！不僅原本的
gōngxǐ lǎorén：「nǐ de yùnqì zhēnhǎo a！bùjǐn yuánběn de

馬回來了，還多一匹駿馬！」沒想到，老人也
mǎ huíláile，hái duō yìpī jùnmǎ！」méixiǎngdào，lǎorén yě

不顯得開心，依然淡淡地說：「馬回來了，是
bù xiǎnde kāixīn，yīrán dàndàn de shuō：「mǎ huílái le，shì

福？是禍？誰知道呢！」自從家中多了那匹
fú？shì huò？shuí zhīdào ne！」zìcóng jiāzhōng duō le nà pī

漂亮 的駿馬，老人的兒子便天天歡喜地騎著牠
piàoliàng de jùnmǎ， lǎorén de érzi biàn tiāntiān huānxǐ de qí zhe tā

到處遊玩， 享受 大家羨慕的 眼光。結果一個
dàochù yóuwán， xiǎngshòu dàjiā xiànmù de yǎnguāng。 jiéguǒ yíge

不小心，從馬背上 跌了下來，把大腿跌斷了！
bùxiǎoxīn， cóng mǎbèi shàng dié le xià lái， bǎ dàtuǐ diéduàn le！

好事的鄰居聽聞這個意外後，又急急忙忙地
hàoshì de línjū tīngwén zhège yìwài hòu， yòu jíjímángmáng de

跑去安慰老人：「唉，這匹馬本來就是匹野馬，
pǎoqù ānwèi lǎorén：「 āi， zhè pī mǎ běnlái jiùshì pī yěmǎ，

個性剛烈，會摔下來不是你兒子的問題，你就別
gèxìng gāngliè， huì shuāixiàlái búshì nǐ érzi de wèntí， nǐ jiù bié

太難過了。」不用鄰居安慰，其實，老人根本就
tài nánguò le。」 búyòng línjū ānwèi， qíshí， lǎorén gēnběn jiù

不擔心。所以他還是那句話：「發生這意外，是
bùdānxīn。 suǒyǐ tā háishì nà jù huà：「 fāshēng zhè yìwài， shì

福？是禍？誰知道呢！」
fú？ shì huò？ shuí zhīdào ne！」

老人的兒子 摔斷 腿後，又過了一年，
lǎorén de érzi shuāiduàn tuǐ hòu， yòu guòle yìnián，

沒想到 鄰近的部落竟然爲了糧食，攻打到老人
méixiǎngdào línjìn de bùluò jìngrán wèile liángshí， gōngdǎ dào lǎorén

居住的村落裡來！爲了保衛家園，村子裡的 年
jūzhù de cūnluò lǐ lái！ wèile bǎowèi jiāyuán， cūnzi lǐ de nián

輕 男子個個都要 上戰場 。但是，老人的兒子
qīng nánzi gègè dōuyào shàngzhànchǎng。 dànshì， lǎorén de érzi

卻因跌斷了腿，跛了腳，所以不用 上戰場 。
què yīn diéduàn le tuǐ， bǒ le jiǎo， suǒyǐ búyòng shàngzhànchǎng。

經過激烈的 戰爭 ，十分之九的 年輕人 都戰死
jīngguò jīliè de zhànzhēng， shífēnzhījiǔ de niánqīngrén dōu zhànsǐ

了。然而，老人和他跛腳的兒子卻平安無事地
le 。 ránér ， lǎorén hàn tā bǒjiǎo de érzi què píngānwúshì de

活下來。故事的發展確實如老人所說的，是福？
huóxiàlái 。 gùshì de fāzhǎn quèshí rú lǎorén suǒshuō de ， shì fú ？

是禍？誰知道呢！
shì huò ？ shuí zhīdào ne ！

# Tái ông mất ngựa

Bạn có bao giờ bị mất đồ không? Khi bị mất một món đồ gì đó có phải bạn rất buồn, rất chán nản không? Thật ra, đồ vật bị mất, không nhất thiết là một chuyện xấu, đôi lúc nó lại có thể mang đến những điều bất ngờ. Có một câu chuyện cổ ở Trung Quốc nói về việc này, chúng ta hãy cùng xem thử nào!

Ở gần biên giới có một ông lão sống cùng con trai nuôi ngựa rất khéo. Họ nuôi rất nhiều ngựa, con ngựa nào cũng chạy rất nhanh và xa lại không mau mệt, chính vì thế ngựa của ông lão nuôi trở thành lựa chọn hàng đầu của mọi người, tuy ngựa của họ bán giá cao, nhưng vẫn bán được rất chạy.

Một ngày nọ, con ngựa tốt nhất của ông lão

không biết tại sao lại chạy khỏi hàng rào, vượt qua biên giới, chạy đến bên kia của thảo nguyên! Do sự việc xảy ra quá đột ngột, ông lão và người con trai không kịp đuổi theo. Những người hàng xóm sau khi nghe tin đều rất kinh ngạc, nhưng họ cũng không giúp gì được, chỉ có thể an ủi ông lão rằng: "Đừng buồn, ông vẫn còn nhiều ngựa tốt mà." Thật kỳ lạ, ông lão trông không buồn chút nào. Sau khi nghe lời an ủi của người hàng xóm, ông ôn tồn nói: "Mất ngựa rồi, là phúc hay là họa, không ai biết được!" Một vài tháng sau, con ngựa bị mất không ngờ lại quay trở lại, còn dẫn theo về một chú ngựa lông mượt chạy nhanh như bay nữa! Mọi người nhìn thấy nó, đều khen không ngớt lời, cùng chúc mừng ông lão rằng: "Ông thật may mắn! Không chỉ tìm lại được con ngựa vốn có, lại còn được thêm một con tuấn mã nữa!" Không ngờ ông lão lại có vẻ không vui, vẫn ôn tồn nói rằng: "Ngựa trở về rồi, là phúc hay là họa, không ai biết được!" Từ khi trong nhà có thêm một con tuấn mã, con trai ông lão ngày nào cũng dẫn nó đi khắp nơi, không ngờ một chút bất cẩn, cậu ngã từ trên lưng ngựa xuống, gãy cả một chân!

Người hàng xóm nhiều chuyện sau khi nghe tin

vụ tai nạn, liền vội vã chạy đến an ủi ông lão: "Con ngựa này đúng là con ngựa hoang, tính cương nên không phải do lỗi của con trai ông, ông đừng quá buồn lòng!" Không cần người hàng xóm an ủi, thật ra, ông lão vốn không lo lắng gì. Nên ông vẫn nói câu thường nói: "Xảy ra tai nạn, là phúc hay là họa, không ai biết được!"

Sau khi người con trai của ông lão bị gãy chân, một năm sau, không ngờ bộ lạc lân cận vì lương thực đã tấn công thôn làng nơi ông lão ở. Để bảo vệ quê hương, thanh niên trai trẻ trong làng đều phải ra chiến trường. Nhưng con trai ông lão vì bị gãy chân, nên được miễn không phải đi. Trận chiến tranh khốc liệt khiến đa số thanh niên trai trẻ đều hi sinh. Ông lão và người con trai què lại được bình an vô sự. Câu chuyện diễn ra đúng như lời ông lão nói, là phúc hay là họa, không ai biết được!

(三)名詞解釋
míngcí jiěshì

| | 生詞 | 漢語拼音 | 解釋 |
|---|---|---|---|
| 1 | 意想不到 | yìxiǎngbúdào | ngoài sức tưởng tượng, không thể ngờ được |

| | 生詞 | 漢語拼音 | 解釋 |
|---|---|---|---|
| 2 | 邊界 | biānjiè | biên giới, ranh giới |
| 3 | 擅長 | shàncháng | giỏi về, chuyên về… |
| 4 | 馴服 | xùnfú | huấn luyện |
| 5 | 疲累 | pílèi | mệt nhọc, mệt mỏi |
| 6 | 正因如此 | zhèngyīnrúcǐ | vì lý do này |
| 7 | 無緣無故 | wúyuánwúgù | vô duyên vô cớ, tự nhiên … |
| 8 | 圍欄 | wéilán | hàng rào |
| 9 | 福 | fú | phúc |
| 10 | 禍 | huò | họa |
| 11 | 光滑 | guānghuá | nhẵn bóng, mịn màng |
| 12 | 不可思議 | bùkěsīyì | không thể tưởng tượng nổi, điều bất ngờ kỳ diệu |
| 13 | 剛烈 | gāngliè | cương, rắn rỏi |
| 14 | 部落 | bùluò | bộ lạc |
| 15 | 保衛 | bǎowèi | bảo vệ |
| 16 | 家園 | jiāyuán | nhà, quê hương |
| 17 | 跛腳 | bǒjiǎo | què |
| 18 | 激烈 | jīliè | khốc liệt |
| 19 | 平安無事 | píngānwúshì | bình an vô sự |
| 20 | 打仗 | dǎzhàng | đánh giặc |
| 21 | 平常心 | píngchángxīn | cảm giác cân bằng |
| 22 | 炫耀 | xuànyào | khoe khoang, khoa trương |
| 23 | 入侵 | rùqīn | xâm lược |

# 十四、蛇 有沒有 腳
## shé yǒuméiyǒu jiǎo

**(一) 文章**
Wénzhāng

從前 ，在 楚國 有個 商人 ，他很 迷信 ，
cóngqián ， zài Chǔguó yǒu ge shāngrén ， tā hěn míxìn ，

每次 遇到 重要 的 節日 ，一定 要在 家裡 舉辦 盛大
měicì yùdào zhòngyào de jiérì ， yídìng yào zài jiālǐ jǔbàn shèngdà

的 祭祀 活動 ，並 準備 豐盛 的 供品 給 神明
de jìsì huódòng ， bìng zhǔnbèi fēngshèng de gòngpǐn gěi shénmíng

享用 。他 相信 這樣 祭拜 神明 ， 神明們 一定
xiǎngyòng 。 tā xiāngxìn zhèyàng jìbài shénmíng ， shénmíngmen yídìng

會 保佑他 平安、 健康 、 賺 大錢。 可是他 對 自己
huì bǎoyòu tā píngān 、 jiànkāng 、 zuàn dà qián 。 kěshì tā duì zìjǐ

的 僕人 很 小氣 ！ 由於他 經常 舉行 祭祀 ，所以
de púrén hěn xiǎoqì ！ yóuyú tā jīngcháng jǔxíng jìsì ， suǒyǐ

家裡 祭拜 過後的 供品 ，不管 是 牛肉、 豬肉、 魚肉
jiālǐ jìbài guòhòu de gòngpǐn ， bùguǎn shì niúròu 、 zhūròu 、 yúròu

或是 水果 ， 常常 都 多到 吃不完。 然而 這個
huòshì shuǐguǒ ， chángcháng dōu duōdào chībùwán 。 ránér zhège

小氣的 商人 寧可 把 食物 放到 壞掉 ，也 不願意
xiǎoqì de shāngrén níngkě bǎ shíwù fàngdào huàidiào ， yě búyuànyì

拿出來 讓 僕人吃 ， 幫 僕人 增加 菜色 。
náchūlái ràng púrén chī ， bāng púrén zēngjiā càisè 。

有一天 ，祭祀 過後 ， 商人 家中 一個 叫 林庭
yǒuyìtiān ， jìsì guòhòu ， shāngrén jiāzhōng yíge jiào Líntíng

96

的僕人，在收拾供品時，忍不住偷偷地把一瓶
de púrén ， zài shōushí gòngpǐn shí ， rěnbúzhù tōutōu de bǎ yìpíng

酒藏了起來。他心想：「既然沒辦法吃到肉，
jiǔ cáng le qǐlái 。 tā xīnxiǎng ： 「 jìrán méibànfǎ chīdào ròu ，

那麼喝點小酒總可以吧！」 沒想到 這舉動被
nàme hē diǎn xiǎojiǔ zǒng kěyǐ ba ！ 」 méixiǎngdào zhè jǔdòng bèi

其他兩三個僕人看到了。俗話說，見者有分，
qítā liǎngsān ge púrén kàndào le 。 súhuà shuō ， jiànzhě yǒufèn ，

見到的人無不要求林庭把酒拿出來一起 享用 ，
jiàndào de rén wúbù yāoqiú Líntíng bǎ jiǔ náchūlái yìqǐ xiǎngyòng ，

要不然就要去告發他。在逼不得已的 情況
yàobùrán jiù yào qù gàofā tā 。 zài bībùdéyǐ de qíngkuàng

之下，林庭只好答應他們了。但是，一想到一瓶
zhīxià ， Líntíng zhǐhǎo dāyìng tāmen le 。 dànshì ， yìxiǎngdào yìpíng

小酒要四個人分著喝，就愈想愈不服氣！於是他
xiǎojiǔ yào sìge rén fēnzhe hē ， jiù yùxiǎngyù bùfúqì ！ yúshì tā

提議來 場 比賽，看誰能 先畫好一條蛇， 就 能
tíyì lái chǎng bǐsài ， kàn shéi néng xiān huàhǎo yìtiáo shé ， jiù néng

獨自 享用 那瓶酒。大家都覺得這個提議有趣又
dúzì xiǎngyòng nàpíng jiǔ 。 dàjiā dōu juéde zhège tíyì yǒuqù yòu

公平 ，所以就紛紛同意了。接著 眾人 便拿起
gōngpíng ， suǒyǐ jiù fēnfēn tóngyì le 。 jiēzhe zhòngrén biàn náqǐ

地上 的樹枝，開始在地上畫蛇。由於點子是林庭
dìshàng de shùzhī ， kāishǐ zài dìshàng huàshé 。 yóuyú diǎnzi shì Líntíng

想出來 的，所以他老早就 想好 要怎麼畫才 能
xiǎngchūlái de ， suǒyǐ tā lǎozǎo jiù xiǎnghǎo yào zěnme huà cái néng

最快 完成 ，只見他兩三下就把蛇的 模樣 勾勒
zuìkuài wánchéng ， zhǐjiàn tā liǎngsānxià jiù bǎ shé de móyàng gōulè

出來了。畫完後，林庭 便開心地拿起酒瓶，
chūlái le 。 huàwán hòu ， Líntíng biàn kāixīn de náqǐ jiǔpíng ，

看著其他人慢吞吞地畫畫，心裡得意得很！
kànzhe qítārén màntūntūn de huàhuà ， xīnlǐ déyì dehěn ！

這時，他想：「看他們笨手笨腳的樣子真
zhèshí ， tā xiǎng ：「 kàn tāmen bènshǒubènjiǎo de yàngzi zhēn

好笑，反正我還有時間，不如多畫一些吧！」
hǎoxiào ， fǎnzhèng wǒ háiyǒu shíjiān ， bùrú duōhuà yìxiē ba ！」

便給蛇加上了四隻腳。這時，有一個人也畫完
biàn gěi shé jiāshàng le sìzhī jiǎo 。 zhèshí ， yǒu yíge rén yě huàwán

了，他一把搶過林庭的酒瓶，仰頭喝了起來。
le ， tā yìbǎ qiǎngguò Líntíng de jiǔpíng ， yǎngtóu hēle qǐlái 。

林庭很生氣，大聲質問他為什麼搶他的酒，
Líntíng hěn shēngqì ， dàshēng zhíwèn tā wèishénme qiǎng tā de jiǔ ，

自己明明是第一個畫好的！那個人哈哈大笑，
zìjǐ míngmíng shì dìyīge huàhǎo de ！ nàgerén hāhā dàxiào ，

回答：「我們要畫的是蛇啊！你看過長腳的
huídá ：「 wǒmen yào huà de shì shé a ！ nǐ kànguò zhǎngjiǎo de

蛇嗎？」林庭愣在那裡，一個字也說不出來，
shé ma ？」 Líntíng lèng zài nàlǐ ， yígezì yě shuō bù chūlái ，

只能看著他把整瓶酒大口大口地喝完了。
zhǐnéngkànzhe tā bǎ zhěngpíngjiǔ dàkǒu dàkǒu de hēwán le 。

# Rắn có chân không

（二）譯文
yìwén

Ngày xưa, ở nước Sở có một thương nhân, hắn rất mê tín, mỗi lần đến lễ tết quan trọng, nhất định phải cúng bái long trọng, và chuẩn bị đồ cúng thật linh đình. Hắn tin rằng nếu cúng bái như vậy, thần linh sẽ bảo hộ cho hắn được bình an, khỏe mạnh, kiếm được nhiều tiền. Nhưng hắn đối xử với đầy tớ trong nhà hết sức keo kiệt. Do hắn thường xuyên cúng bái, nên những vật phẩm cúng như thịt bò, thịt heo, cá hay trái cây nhiều đến nỗi ăn không hết. Nhưng tên thương nhân keo kiệt này thà để cho thức ăn hỏng chứ không chịu đem cho đầy tớ ăn.

Một ngày nọ, sau khi cúng kiếng xong, có một người đầy tớ tên là Lâm Đình, khi dọn dẹp cúng phẩm, nhịn không được nên đã lén cất giấu lại một bình rượu. Người này thầm nghĩ: "Nếu đã không ăn được thịt, thì uống chút rượu chắc cũng được!" Không ngờ hành động này đã bị vài người hầu khác nhìn thấy. Tục ngữ có câu "Kiến giả hữu phần" (người nhìn thấy cũng có phần), nên những người này đều muốn Lâm Đình chia rượu ra cùng uống, nếu không sẽ đi tố giác hắn. Bất đắc dĩ, Lâm Đình đành đồng ý với bọn họ. Nhưng mà, nghĩ đến chai rượu bé tẹo phải chia cho bốn người uống, càng nghĩ càng không phục mà! Nên hắn đề nghị cùng tỷ thí vẽ rắn, xem ai vẽ nhanh nhất sẽ có thể uống cả bình rượu. Mọi người đều thấy đề nghị này vừa hay vừa công bằng, nên ai cũng đồng ý.

Tiếp đó mọi người rút một nhánh cây trên đất, bắt đầu vẽ rắn. Do ý kiến này của Từ Đình nghĩ ra, nên hắn đã sớm nghĩ ra cách vẽ rắn nhanh nhất, nên hắn chỉ vài ba nét đã vẽ nên một con rắn. Sau khi vẽ xong, Lâm Đình hớn hở cầm lấy bình rượu, nhìn những người khác chậm chạp vẽ, hắn càng đắc ý hơn nữa! Lúc này, hắn nghĩ: "Nhìn cách họ vẽ thật vụng về, buồn cười quá, dù gì cũng còn thời gian, hay là vẽ thêm vài nét vậy!" rồi vẽ thêm bốn chân cho rắn. Ngay lúc đó, có một người cũng vừa vẽ xong, liền giành lấy bình rượu, ngửa đầu ra uống cả. Lâm Đình rất tức giận, lớn tiếng hỏi hắn tại sao lại giành lấy bình rượu, rõ ràng mình là người vẽ xong nhanh nhất! Người này cười lớn, trả lời: "Chúng ta thi vẽ rắn mà! Anh đã thấy con rắn nào có chân chưa?" Lâm Đình ngơ ngác, không nói nên lời, chỉ còn biết đứng nhìn người này uống cạn bình rượu.

## (三) 名詞解釋
míngcí jiěshì

| | 生詞 | 漢語拼音 | 解釋 |
|---|---|---|---|
| 1 | 迷信 | míxìn | mê tín |
| 2 | 盛大 | shèngdà | long trọng |
| 3 | 祭祀 | jìsì | thờ cúng, cúng tế |
| 4 | 豐盛 | fēngshèng | linh đình, thịnh soạn |
| 5 | 供品 | gòngpǐn | đồ cúng |
| 6 | 小氣 | xiǎoqì | keo kiệt, nhỏ mọn |
| 7 | 寧可 | níngkě | thà rằng… |
| 8 | 收拾 | shōushí | thu dọn |
| 9 | 舉動 | jǔdòng | hành động, cử động |
| 10 | 俗話說 | súhuàshuō | tục ngữ có câu |
| 11 | 見者有分 | jiànzhěyǒufèn | kiến giả hữu phần (người nhìn thấy cũng có phần) |
| 12 | 告發 | gàofā | tố cáo, tố giác |
| 13 | 逼不得已 | bībùdéyǐ | bất đắc dĩ |
| 14 | 服氣 | fúqì | phục |
| 15 | 提議 | tíyì | đề nghị |
| 16 | 獨自 | dúzì | một mình |
| 17 | 公平 | gōngpíng | công bằng |
| 18 | 點子 | diǎnzi | ý kiến |
| 19 | 勾勒 | gōulè | phác họa |
| 20 | 慢吞吞 | màntūntūn | chậm chạp |
| 21 | 笨手笨腳 | bènshǒubènjiǎo | vụng về |
| 22 | 質問 | zhíwèn | chất vấn, đặt câu hỏi |

| | 生詞 | 漢語拼音 | 解釋 |
|---|---|---|---|
| 23 | 愣 | lèng | ngơ ngác |
| 24 | 著迷 | zháomí | say mê |
| 25 | 吝嗇 | lìnsè | keo kiệt, bủn xỉn |
| 26 | 慫恿 | sǒngyǒng | khuyến khích, xúi giục |

# 十五、愚公移 山

Yúgōng yí shān

很久以前，有兩座大山，一座叫太行，
hěn jiǔ yǐqián ， yǒu liǎngzuò dàshān ， yízuò jiào Tàiháng ，

一座叫 王屋 ， 兩座 山加起來的面積大約是
yízuò jiào Wángwū ， liǎngzuò shān jiā qǐlái de miànjī dàyuē shì

十個足球場那麼大；而高度更有五棟台北101
shíge zúqiúchǎng nàme dà ； ér gāodù gèng yǒu wǔdòng Táiběi 101

那麼高！由於這兩座 山實在太龐大了，造 成
nàme gāo ！ yóuyú zhè liǎngzuò shān shízài tài pángdà le ， zào chéng

附近的居民很大的不方便。他們不論是要去拜訪
fùjìn de jūmín hěn dà de bùfāngbiàn 。 tāmen búlùn shì yào qù bàifǎng

親朋好友 ，或是到市區買東西，都要花三天
qīnpénghǎoyǒu ， huòshì dào shìqū mǎi dōngxi ， dōu yào huā sāntiān

三夜繞過這 兩座 大山，才能到達目的地。
sānyè ràoguò zhè liǎngzuò dàshān ， cái néng dàodá mùdìdì 。

這個問題困擾大家很久了，但就是沒人有
zhège wèntí kùnrǎo dàjiā hěnjiǔ le ， dàn jiùshì méirén yǒu

辦法可以解決。這時， 在 山邊住了一輩子的
bànfǎ kěyǐ jiějué 。 zhèshí ， zài shānbiān zhùle yíbèizi de

愚公 ，突然下定決心要處理這個問題。於是，他
Yúgōng ， túrán xiàdìngjuéxīn yào chùlǐ zhège wèntí 。 yúshì ， tā

便召集所有的家人，並 將自己的想法說給大家
biàn zhàojí suǒyǒu de jiārén ， bìngjiāng zìjǐ de xiǎngfǎ shuō gěi dàjiā

聽，他說：「乾脆我們大家一起努力， 剷平
tīng， tā shuō：「gāncuì wǒmen dàjiā yìqǐ nǔlì， chǎnpíng

這兩座大山，這樣以後就可以直接通往山的
zhè liǎngzuò dàshān， zhèyàng yǐhòu jiù kěyǐ zhíjiē tōngwǎng shān de

另一頭了，你們說好不好？」愚公的家人聽了
lìngyìtóu le， nǐmen shuō hǎobùhǎo？」Yúgōng de jiārén tīngle

很振奮，紛紛表示同意！但是，他的妻子提出了
hěnzhènfèn， fēnfēn biǎoshì tóngyì！dànshì， tā de qīzi tíchū le

疑問：「你已經老了，哪來的力氣去移山啊？我
yíwèn：「nǐ yǐjīng lǎo le， nǎ lái de lìqì qù yí shān a？wǒ

看你連個小山丘都挖不動！更何況是太行山
kàn nǐ lián ge xiǎoshānqiū dōu wā bú dòng！gènghékuàng shì Tàihángshān

和王屋山！再說，挖出來的土石要放去哪
hàn Wángwūshān！zàishuō， wā chūlái de tǔshí yào fàngqù nǎ

呢？」愚公回答：「只要我還有一口氣在，能做
ne？」Yúgōng huídá：「zhǐyào wǒ háiyǒu yìkǒuqì zài， néngzuò

多少我就做多少。至於土石，我們可以把它們
duōshǎo wǒ jiù zuò duōshǎo。zhìyú tǔshí， wǒmen kěyǐ bǎ tāmen

放到大海裡。」
fàngdào dàhǎi lǐ。」

隔天，愚公和他的兒子、孫子共三人，
gétiān， Yúgōng hàn tā de érzi、 sūnzi gòng sānrén，

馬上行動了！他們敲打石頭，挖掘土壤，再
mǎshàng xíngdòng le！tāmen qiāodǎ shítóu， wājué tǔrǎng， zài

用畚箕挑到遠處的大海。就這樣日日夜夜辛勞
yòng běnjī tiāodào yuǎnchù de dàhǎi。jiù zhèyàng rìrìyèyè xīnláo

工作了三個月，只挖掉山的一小部分，大概
gōngzuò le sāngeyuè， zhǐ wādiào shān de yìxiǎobùfèn， dàgài

和一輛公車差不多大而已。其他居民看著他們
hàn yíliàng gōngchē chābùduō dà éryǐ。 qítā jūmín kànzhe tāmen

工作，有的人相信愚公真可以剷平這兩座
gōngzuò， yǒuderén xiāngxìn Yúgōng zhēn kěyǐ chǎnpíng zhè liǎngzuò

大山，但也有人抱持著懷疑的態度。
dàshān， dàn yě yǒurén bàochízhe huáiyí de tàidù 。

　　這時候，有個叫智叟的人忍不住阻止愚公，
zhèshíhòu， yǒu ge jiào Zhìsǒu de rén rěnbúzhù zǔzhǐ Yúgōng，

他說：「你太愚蠢了！這方法怎麼可能　成功
tā shuō：「 nǐ tài yúchǔn le ! zhè fāngfǎ zěnme kěnéng chénggōng

呢？憑你的能力，連山上的草都拔不完，
ne ？ píng nǐ de nénlì ， lián shānshàng de cǎo dōu bá bù wán，

更不用說　這麼多土石了！」愚公歎了一口氣，
gèngbúyòngshuō zhème duō tǔshí le !」 Yúgōng tànle yìkǒuqì，

緩緩　地說：「你的想法真頑固！你　想想　，
huǎnhuǎn de shuō：「 nǐ de xiǎngfǎzhēn wángù ! nǐ xiǎngxiǎng，

即使我死了，我還有兒子，兒子死了還有孫子，
jíshǐ wǒ sǐ le， wǒ háiyǒu érzi， érzi sǐ le háiyǒu sūnzi，

孫子又會再生兒子；我的子子孫孫無窮無盡，
sūnzi yòu huì zài shēng érzi； wǒ de zǐzǐsūnsūn wúqióngwújìn，

而山卻不會長高，我們就這樣一代接著一代
ér shān què búhuì zhǎnggāo， wǒmen jiù zhèyàng yídài jiēzhe yídài

挖，怎麼會怕挖不完呢？」智叟聽完愚公的
wā， zěnme huì pà wā bù wán ne ？」 Zhìsǒu tīngwán Yúgōng de

回答，一句話也說不出來。
huídá， yíjùhuà yě shuō bù chūlái。

　　同時，愚公要把山剷平的消息，被太行和
tóngshí， Yúgōngyào bǎ shānchǎnpíng de xiāoxí， bèi Tàihánghàn

王屋　的山神聽到了。山神很擔心愚公繼續挖
Wángwū de shānshén tīngdào le。 shānshén hěn dānxīn Yúgōng jìxù wā

下去，真的會把自己給挖掉，便報告天帝，希望
xiàqù， zhēnde huì bǎ zìjǐ gěi wādiào， biànbàogào tiāndì， xīwàng

祂 能 阻止 愚公 。 天帝 聽了 報告 ， 對於 愚公 的
tā néng zǔzhǐ Yúgōng 。 tiāndì tīngle bàogào ， duìyú Yúgōng de

毅力 和 誠意 十分 感動 ， 便 命令 大力神 把 兩座
yìlì hàn chéngyì shífēn gǎndòng ， biàn mìnglìng dàlìshén bǎ liǎngzuò

大山 給 背走 了 ， 將 它們 放在 不會 阻擋 人們 交通
dàshān gěi bēizǒu le ， jiāng tāmen fàngzài búhuì zǔdǎng rénmen jiāotōng

的 地方 。
de dìfāng 。

　　從此 以後 ， 愚公 和 其他 的 居民 再也 不必 爲了
　　cóngcǐyǐhòu ， Yúgōng hàn qítā de jūmín zài yě búbì wèile

繞遠路 而 煩惱 了 。
ràoyuǎnlù ér fánnǎo le 。

# Ngu Công dời núi

(二) 譯文
yìwén

　　Ngày xửa ngày xưa, có hai ngọn núi lớn, một ngọn tên là Thái Hàng, một ngọn là Vương Ốc, diện tích của hai ngọn núi kết hợp lại rộng khoảng mười sân bóng, còn độ cao thì cao như năm tòa nhà 101 tầng ở Đài Bắc cộng lại! Do hai ngọn núi này quá rộng lớn nên đã gây rất nhiều trở ngại cho cư dân sống gần đó. Cho dù họ muốn đến thăm bà con bạn bè hay ra chợ mua sắm, đều phải mất ba ngày ba đêm đi vòng qua hai ngọn núi này, mới có thể đến nơi.

Vấn đề này đã khiến mọi người phiền não rất lâu rồi, nhưng không ai có cách giải quyết nào. Lúc này, Ngu Công, một ông lão sống cả đời ở vùng núi này, đột nhiên quyết định nhất quyết phải giải quyết vấn đề này. Vì vậy, ông đã gọi người thân đến, nói với họ suy nghĩ của mình, ông nói: "Hay là cả nhà chúng ta cùng nhau cố gắng, dọn sạch hai ngọn núi này, sau này chúng ta có thể đi thẳng qua bên kia núi, mọi người nói có được không?" Cả nhà Ngu Công nghe thấy đều rất phấn khởi, ai nấy đều đồng ý! Nhưng vợ ông nghi ngại hỏi: "Ông đã già rồi, làm gì còn sức mà dời núi? Tôi thấy ông dời cồn cát nhỏ còn không được nữa! Huống chi là núi Thái Hàng và Vương Ốc chứ! Hơn nữa, đất đá chúng ta đào được phải đổ đi đâu?" Ngu Công trả lời: "Chỉ cần tôi còn một hơi thở, làm được bao nhiêu tôi sẽ làm bấy nhiêu. Còn về đất đá, chúng ta có thể đem đổ ra biển."

Ngày hôm sau, Ngu Công và con trai, cháu trai của mình ba người lập tức bắt đầu hành động! Họ đập đá, đào đất, sau đó đem đổ ra biển. Cứ như thế họ ngày đêm vất vả suốt cả ba tháng, chỉ đào được một chút đất đá, cỡ khoảng một chiếc xe hơi mà thôi.

Những cư dân khác nhìn họ vất vả, có người tin tưởng Ngu công có thể dời được hai ngọn núi này, nhưng cũng có người nghi ngại.

Lúc này, có một người tên là Trí Tẩu nhịn không được đã đến ngăn cản Ngu Công, ông ta nói: "Ông thật ngu ngốc! Cách này sao có thể thành công được? Dựa vào sức của ông, ngay cả ngọn cỏ trên núi còn không bứng nổi, nói gì đến dời núi!" Ngu Công thở dài, chậm rãi nói: "Suy nghĩ của ông thật ngoan cố! Ông nghĩ đi, dù tôi chết đi, nhưng tôi còn có con trai, con trai tôi chết đi còn có cháu tôi, cháu tôi lại sinh con, cháu chắt tôi đời đời nối tiếp, còn ngọn núi kia không thể cao hơn nữa, chúng tôi đời này truyền đời khác cứ thế dời núi, sao lại không dời được chứ?" Trí Tẩu nghe xong, không nói nên lời.

Lúc này, tin Ngu Công muốn dời núi đã bị hai sơn thần của núi Thái Hàng và Vương Ốc nghe được. Sơn thần lo lắng nếu Ngu Công tiếp tục đào như vậy, có thể sẽ san bằng được hai ngọn núi, liền bẩm cáo Thiên Đế, hi vọng ngài có thể ngăn cản Ngu Công. Thiên đế nghe xong, ngài rất cảm động trước nghị lực và thành ý của Ngu Công, liền ra lệnh cho hai sơn thần dời ngọn núi đi, để nó không gây trở ngại cho mọi người qua lại nữa.

　　Từ đó về sau, Ngu Công và các cư dân khác không còn phải đi đường vòng mà cảm thấy phiền não.

## 三名詞解釋
míngcí jiěshì

| | 生詞 | 漢語拼音 | 解釋 |
|---|---|---|---|
| 1 | 面積 | miànjī | diện tích |
| 2 | 龐大 | pángdà | to lớn |
| 3 | 繞過 | ràoguò | đi đường vòng |
| 4 | 困擾 | kùnrǎo | làm phiền, gây khó khăn |
| 5 | 召集 | zhàojí | triệu tập, tập hợp |
| 6 | 乾脆 | gāncuì | dứt khoát |
| 7 | 剷平 | chǎnpíng | san bằng |
| 8 | 振奮 | zhènfèn | phấn khởi |
| 9 | 紛紛 | fēnfēn | sôi nổi, từng người nối tiếp nhau |
| 10 | 挖掘 | wājué | đào, khai quật |
| 11 | 畚箕 | běnjī | cái ki |
| 12 | 辛勞 | xīnláo | vất vả, cực nhọc |
| 13 | 懷疑 | huáiyí | nghi ngờ |
| 14 | 愚蠢 | yúchǔn | ngu ngốc |
| 15 | 緩緩 | huǎnhuǎn | dần dần |
| 16 | 頑固 | wángù | ngoan cố, bướng bỉnh |
| 17 | 無窮無盡 | wúqióngwújìn | vô tận, không bao giờ kết thúc |
| 18 | 毅力 | yìlì | nghị lực |

| | 生詞 | 漢語拼音 | 解釋 |
|---|---|---|---|
| 19 | 誠意 | chéngyì | thành ý |
| 20 | 阻擋 | zǔdǎng | ngăn chặn, ngăn cạn |
| 21 | 積極 | jījí | tích cực |
| 22 | 阻塞 | zǔsè | trở ngại |
| 23 | 禱告 | dǎogào | cầu nguyện |
| 24 | 固執 | gùzhí | cố chấp |

# 十六、 遠水 救不了 近火
## yuǎnshuǐ jiù bù liǎo jìnhuǒ

寓言 故事 不只能 訴說 大道理 ， 還能 用來 表達
yùyán gùshì bùzhǐnéng sùshuō dàdàolǐ ， háinéng yònglái biǎodá

心中 不好意思 說出口 的 話。 我們 現在 就來
xīnzhōng bùhǎoyìsi shuōchūkǒu de huà。 wǒmen xiànzài jiù lái

看看 ， 莊子 如何 透過 講 故事， 來讓 朋友 明白
kànkàn ， Zhuāngzǐ rúhé tòuguò jiǎng gùshì ， lái ràng péngyǒu míngbái

自己的本意！
zìjǐ de běnyì！

　　莊子 在 年輕 的 時候 ， 曾經 當過 一個
　　Zhuāngzǐ zài niánqīng de shíhòu ， céngjīng dāngguò yíge

小官 ，但後來 覺得擔任 公職 太過 束縛， 完全
xiǎoguān ， dàn hòulái juéde dānrèn gōngzhí tàiguò shùfú ， wánquán

沒有自由，所以就辭去了工作。工作沒了，
méiyǒu zìyóu ， suǒyǐ jiù cíqù le gōngzuò。 gōngzuò méile ，

就沒有收入，沒了收入， 生活 自然 過得比較
jiù méiyǒu shōurù ， méile shōurù ， shēnghuó zìrán guòde bǐjiào

貧困些。有一天， 莊子 和家人已經連續挨餓了
pínkùn xiē。 yǒuyìtiān ， Zhuāngzǐ hàn jiārén yǐjīng liánxù āiè le

好幾天，餓得真是受不了，於是決定去向一位
hǎojǐtiān ， ède zhēnshì shòubùliǎo ， yúshì juédìng qù xiàng yíwèi

家境不錯的 朋友 ，借些錢來買飯吃，以渡過這
jiājìng búcuò de péngyǒu ， jièxiē qiánlái mǎifànchī ， yǐ dùguò zhè

難熬 的 時刻 。 決定後 ， 莊子 立刻就 出門 拜訪
nánáo de shíkè 。 juédìng hòu ， Zhuāngzǐ lìkè jiù chūmén bàifǎng

那位 朋友 了。
nàwèi péngyǒu le 。

莊子 見了 朋友 ， 便 開門見山 地 説明
Zhuāngzǐ jiànle péngyǒu ， biàn kāiménjiànshān de shuōmíng

自己 來拜訪 的目的 。 莊子 原本 以爲 那位
zìjǐ lái bàifǎngde mùdì 。 Zhuāngzǐ yuánběn yǐwéi nàwèi

朋友 會 馬上 拿出 錢來 幫助 自己 ， 沒想到 ，
péngyǒu huì mǎshàng náchū qián lái bāngzhù zìjǐ ， méixiǎngdào ，

朋友 聽了 莊子 的 話後， 竟然 不發一語 ， 過了
péngyǒu tīngle Zhuāngzǐ de huà hòu ， jìngrán bùfāyìyǔ ， guòle

一會兒， 才 微笑著 説 ：「當然 沒問題！只是
yìhuǐér ， cái wēixiào zhe shuō ：「dāngrán méiwèntí ！ zhǐshì

我現在 沒有 那麼 多現金 ， 你 能不能 等我 領了
wǒ xiànzài méiyǒu nàme duō xiànjīn ， nǐ néngbùnéng děngwǒ lǐngle

下個月 的 薪水 後再來？到時候， 我一定 借你
xiàgeyuè de xīnshuǐ hòu zàilái ？ dàoshíhòu ， wǒ yídìng jiè nǐ

錢 ！」
qián ！」

聽完 這番話 ， 莊子 當然 明白 這是 朋友的
tīngwán zhèfānhuà ， Zhuāngzǐ dāngrán míngbái zhèshì péngyǒude

推託之辭 ， 心中 難免 憤怒， 但是 修養好的 他
tuītuōzhīcí ， xīnzhōng nánmiǎn fènnù ， dànshì xiūyǎnghǎode tā

還是 忍下來了。 莊子 不動氣地 説：「你知道
háishì rěnxiàlái le 。 Zhuāngzǐ búdòngqì de shuō ：「 nǐzhīdào

嗎？我昨天 出門 散步時 ， 在 半路上 ， 竟然
ma ？ wǒ zuótiān chūmén sànbùshí ， zài bànlùshàng ， jìngrán

聽到了 微弱的 求救聲。 一直 喊著： 『救命啊！
tīngdàole wéiruòde qiújiùshēng 。 yizhí hǎnzhe ： 『 jiùmìnga ！

救命啊！』這聲音真是哀戚，一時不忍，就
jiùmìnga ! 』 zhè shēngyīn zhēnshì āiqī ， yìshíbùrěn ， jiù

循著聲音走了過去。竟然有條魚躺在路中央！
xúnzhe shēngyīn zǒule guòqù 。 jìngrán yǒutiáoyú tǎngzài lùzhōngyāng !

於是我走上前去，問牠說：『魚兒啊，你
yúshì wǒ zǒushàngqiánqù ， wèn tā shuō ：『 yúéra ， nǐ

怎麼會躺在這呢？』那條魚虛弱地回應我說：
zěnmehuì tǎngzài zhè ne ？ 』 nàtiáoyú xūruò de huíyìng wǒ shuō ：

『我是從東海來的使者，準備去拜訪北海裡
『 wǒ shì cóng Dōnghǎi lái de shǐzhě ， zhǔnbèi qù bàifǎng Běihǎi lǐ

的魚兒們。沒想到太陽實在是太大了，走著
de yúérmen 。 méixiǎngdào tàiyáng shízài shì tàidà le ， zǒuzhe

走著，我就昏倒了！這位好心人，你能不能
zǒuzhe ， wǒ jiù hūndǎole ! zhèwèi hǎoxīnrén ， nǐ néngbùnéng

救救我，給我一杯水喝，讓我解解渴好嗎？』
jiùjiùwǒ ， gěiwǒ yìbēi shuǐ hē ， ràngwǒ jiějiěkě hǎoma ？ 』

看到牠奄奄一息的樣子，真的好可憐，
kàndào tā yānyānyìxí de yàngzi ， zhēnde hǎokělián ，

當下我就決定要好好幫牠。於是對牠說：
dāngxià wǒ jiù juédìng yào hǎohǎo bāngtā 。 yúshì duì tā shuō ：

『魚兒，你等等我，我現在就到南海去，那裡
『 yúér ， nǐ děngděngwǒ ， wǒ xiànzài jiù dào Nánhǎi qù ， nàlǐ

的水質好極了！不但可以解你的渴，還可以
de shuǐzhí hǎojíle ! búdàn kěyǐ jiěnǐde kě ， hái kěyǐ

讓你活命。只是南海有些遠，你能稍等我
ràng nǐ huómìng 。 zhǐshì Nánhǎi yǒuxiēyuǎn ， nǐ néng shāoděngwǒ

一會兒嗎？』我是這麼誠心地想幫牠，
yìhuǐérma ？ 』 wǒshì zhème chéngxīn de xiǎng bang tā ，

沒想到，那條魚不但不領情，還對我大吼說：
méixiǎngdào ， nàtiáoyú búdàn bùlǐngqíng ， hái duìwǒ dàhǒu shuō ：

『我都已經快要渴死了！你還希望我能 撐到 你
『 wǒ dōu yǐjīng kuàiyào　kěsǐle　！ nǐ hái xīwàng wǒ néng chēng dào nǐ

到南海去提水回來？等你回來，我早就成了魚乾
dào Nánhǎi qù tíshuǐ huílái？ děng nǐ huílái， wǒ zǎo jiù chéngle yúgān

了！』我親愛的朋友，你說這魚是不是不懂得
le！』 wǒ qīnàide péngyǒu， nǐshuō zhèyú shìbúshì bùdǒngde

感恩啊？牠為什麼要對我發脾氣呢？」
gǎnēn a？ tā wèishénmeyào duìwǒ fāpíqì ne？」

　請問，莊子 想要 跟 朋友 說什麼 呢？
　qǐngwèn， Zhuāngzǐ xiǎngyào gēn péngyǒu shuōshénme ne？

# Nước xa không thể cứu lửa gần

Chuyện ngụ ngôn không chỉ chứa đựng những đạo lý, còn có thể thay ta nói ra những điều ngại không dám nói. Chúng ta hãy cùng xem thử, Trang Tử đã kể câu chuyện gì để người bạn hiểu ý của mình nhé!

Khi còn trẻ, Trang Tử chỉ là một vị quan nhỏ, nhưng sau đó ông cảm thấy quan chức quá ràng buộc, không được tự do nên đã từ quan. Sau khi từ quan, không có thu nhập, nên cuộc sống trở nên rất nghèo khó. Một hôm nọ, Trang Tử và gia đình đã chịu đói nhiều ngày liền, đói không thể chịu được nữa, nên ông quyết định đến nhà một người bạn khá giả, vay ít tiền để mua gạo, cố vượt qua thời gian khó khăn này. Sau khi quyết định, Trang Tử lập tức đi đến nhà người bạn này.

Trang Tử gặp được bạn, ông liền thẳng thắn nói rõ mục đích ông đến đây. Trang Tử vốn nghĩ rằng người bạn này sẽ lập tức giúp mình, không ngờ, sau khi nghe Trang Tử nói xong, người bạn này không nói gì, mãi một lúc sau mới cười nói: "Đương nhiên không thành vấn đề! Nhưng tôi hiện không có nhiều tiền mặt, anh có thể đợi tháng sau tôi lĩnh lương rồi đến không? Lúc đó, tôi nhất định sẽ cho anh mượn tiền!"

Sau khi nghe xong, Trang Tử hiểu ngay người bạn có ý khất từ, trong lòng cảm thấy tức giận nhưng là một người tu dưỡng tốt, nên ông đã nhẫn nhịn. Trang Tử nhẹ nhàng nói: 'Anh biết không? Hôm qua khi tôi ra ngoài đi dạo, nửa đường nghe thấy một tiếng kêu cứu rất yếu ớt. Liên tục kêu: "Cứu mạng! Cứu mạng!" Tiếng kêu rất bi thương, tôi liền lần theo tiếng kêu tìm kiếm. Thì ra có một con cá nằm ngay giữa đường. Tôi liền bước đến, hỏi nó: "Cá à, sao mi lại nằm ở đây?" Con cá yếu ớt trả lời tôi: "Tôi là sứ giả từ Đông Hải đến, chuẩn bị đến thăm những chú cá khác ở Bắc Hải. Nhưng trời nắng quá, tôi đi mãi đi mãi, rồi bị ngất ở đây. Anh có lòng tốt, hãy cứu tôi với, cho tôi một ly nước, giúp tôi đỡ khát được không?" Nhìn thấy nó hấp hối, tội nghiệp vô cùng, ngay lúc đó tôi liền quyết định phải giúp nó. Liền nói với nó rằng: "Cá à, mi đợi ta, ta sẽ đi ngay đến Nam Hải, nước biển ở đó cực kì tốt! Không chỉ giúp ngươi giải khát, còn có thể cứu mạng ngươi. Nhưng Nam Hải hơi xa một chút, mi đợi ta một lúc được không?" Tôi có thành ý muốn giúp nó như vậy mà không ngờ, nó không những không cảm kích, còn hét lớn vào mặt tôi rằng: "Tôi đã sắp chết khát rồi! Ông còn muốn tôi cố chịu đến lúc ông đem nước ở Nam Hải về? Đợi ông về đến, tôi đã thành cá khô từ lâu rồi!" Bạn của tôi ơi, anh nói xem con cá này có phải không biết ơn không? Sao nó lại nổi giận với tôi kia chứ?'

Các bạn có biết Trang Tử muốn nói điều gì với người bạn của mình không?

## (三) 名詞解釋
míngcí jiěshì

| | 生詞 | 漢語拼音 | 解釋 |
|---|---|---|---|
| 1 | 訴說 | sùshuō | kể ra, nói ra |
| 2 | 本意 | běnyì | chủ ý, ý định ban đầu |
| 3 | 公職 | gōngzhí | công chức, quan chức |
| 4 | 束縛 | shùfú | ràng buộc, gò bó |
| 5 | 難熬 | nánáo | khó khăn |
| 6 | 目的 | mùdì | mục đích |
| 7 | 不發一語 | bùfāyīyǔ | không nói một lời |
| 8 | 薪水 | xīnshuǐ | tiền lương |
| 9 | 推託 | tuītuō | thoái thác, khước từ |
| 10 | 修養 | xiūyǎng | tu dưỡng, có trình độ |
| 11 | 微弱 | wéiruò | yếu ớt |
| 12 | 哀戚 | āiqī | bi thương |
| 13 | 躺 | tǎng | nằm |
| 14 | 虛弱 | xūruò | yếu ớt, yếu đuối |
| 15 | 使者 | shǐzhě | sứ giả |
| 16 | 昏倒 | hūndǎo | ngất xỉu |
| 17 | 解渴 | jiěkě | giải khát |
| 18 | 奄奄一息 | yānyānyìxí | hấp hối |
| 19 | 誠心 | chéngxīn | thành khẩn, chân thành |
| 20 | 撐 | chēng | chịu đựng |
| 21 | 魚乾 | yúgān | cá khô |
| 22 | 懂得 | dǒngdé | biết |
| 23 | 感恩 | gǎnēn | cảm ơn |
| 24 | 脾氣 | píqì | tính cách |

# 十七、魯國夫妻的苦惱
Lǔguó fūqī de kǔnǎo

中國 的 戰國 時期，是哲學思想快速發展
Zhōngguó de Zhànguó shíqí ， shì zhéxué sīxiǎng kuàisù fāzhǎn

的時代，當時，有許多 重要 的思想家都透過
de shídài ， dāngshí ， yǒu xǔduō zhòngyào de sīxiǎngjiā dōu tòuguò

寓言故事，來傳達他們的思想，希望能藉此
yùyán gùshì ， lái chuándá tāmen de sīxiǎng ， xīwàng néng jiècǐ

說服君主接受自己的 政治 理念，而韓非便是
shuìfú jūnzhǔ jiēshòu zìjǐ de zhèngzhì lǐniàn ， ér Hánfēi biànshì

其中之一。現在，我們就來看一則韓非 講過 的
qízhōngzhīyī 。 xiànzài ， wǒmen jiùlái kàn yīzé Hánfēi jiǎngguò de

故事，試試我們是否 能 察覺它背後的意涵。
gùshì ， shìshì wǒmen shìfǒu néng chájué tā bèihòu de yìhán 。

在魯國，有一對手藝非常 精巧 的夫妻，
zài Lǔguó ， yǒu yíduì shǒuyì fēicháng jīngqiǎo de fūqī ，

丈夫 十分 擅長 製作草鞋。他編的草鞋既 漂亮
zhàngfū shífēn shàncháng zhìzuò cǎoxié 。 tā biānde cǎoxié jì piàoliàng

又牢固，只要 穿上 他的鞋，不管是走在泥濘的
yòu láogù ， zhǐyào chuānshàng tāde xié ， bùguǎn shì zǒuzài nínìng de

地上或是崎嶇的山路，腳都能有完善的保護，
dìshàng huòshì qíqū de shānlù ， jiǎo dōu néng yǒu wánshàn de bǎohù ，

不會受到任何傷害或 影響 。
búhuì shòudào rènhé shānghài huòyǐngxiǎng 。

他的妻子則是善於織布，而且還是白色的
tāde qīzi zéshì shànyú zhībù ， érqiě háishì báisè de

絲綢。她織出來的白布，潔白的像是 月光
sīchóu 。 tā zhīchūlái de báibù ， jiébái de xiàngshì yuèguāng

照在雪地上一樣，不僅如此，布的質感柔軟又
zhàozài xuědì shàngyíyàng ， bùjǐnrúcǐ ， bùde zhígǎn róuruǎnyòu

細緻。如果 穿上 以那白布 做成 的衣服，那
xìzhì 。 rúguǒ chuānshàng yǐ nà báibù zuòchéng de yīfú ， nà

輕柔舒適的感覺，就 好像 是三月的微風吹過，
qīngróu shūshì de gǎnjué ， jiù hǎoxiàng shì sānyuè de wéifēngchuīguò ，

非常 舒服！
fēicháng shūfú ！

由於手藝過人，夫妻倆賺了不少錢； 加上
yóuyú shǒuyì guòrén ， fūqīliǎng zuànle bùshǎo qián ； jiāshàng

他們 生活 簡樸，從不任意浪費錢，因此過了
jiāshàng shēnghuó jiǎnpú ， cóng bú rènyì làngfèi qián ， yīncǐ guòle

幾年，他們就累積了一筆可觀的財富。有了錢，
jǐnián ， tāmen jiù lěijī le yìbǐ kěguān de cáifù 。 yǒule qián ，

夫妻倆便 商量 了起來，該如何 運用 這筆錢
fūqīliǎng biàn shāngliáng le qǐlái ， gāi rúhé yùnyòng zhèbǐqián

好呢？兩人 想了又想 ，最後決定趁自己還
hǎo ne ？ liǎngrén xiǎngleyòuxiǎng ， zuìhòu juédìng chèn zìjǐ hái

年輕 ，跨出舒適圈，到國外去 闖一闖 ，好
niánqīng ， kuàchū shūshìquān ， dàoguówài qù chuǎngyìchuǎng ， hǎo

開闊一下視野。經過 漫長 的討論後，他們決定
kāikuò yíxià shìyě 。 jīngguòmàncháng de tǎolùn hòu ， tāmen juédìng

搬到越國住，在那裡展開 兩人的 新人生。
bāndàoYuèguózhù ， zài nàlǐ zhǎnkāi liǎngrén de xīnrénshēng 。

下定決心後，他們便開始整理行李、打掃
xiàdìng juéxīn hòu ， tāmen biàn kāishǐ zhěnglǐ xínglǐ 、 dǎsǎo

家園。隔壁鄰居見到他們急著打包，一副要
jiāyuán 。 gébì línjū jiàndào tāmen jízhe dǎbāo ， yífù yào

出遠門 的樣子，忍不住 想 問個清楚，到底是
chūyuǎnmén de yàngzi ， rěnbúzhù xiǎngwèn ge qīngchǔ ， dàodǐ shì

為了什麼，夫妻倆既不賣草鞋，也不賣絲綢，
wèile shénme ， fūqīliǎng jì búmài cǎoxié ， yě búmài sīchóu ，

卻 從一大早就開始 忙進忙出 。看見鄰居 這樣
quècóng yídàzǎo jiù kāishǐ mángjìnmángchū 。 kànjiàn línjū zhèyàng

關心 ，夫妻倆就說出了兩人的計畫。原本以為
guānxīn ， fūqīliǎng jiù shuōchūle liǎngrén de jìhuà 。 yuánběn yǐwéi

鄰居會開心地祝福他們， 沒想到 聽完那個 構想
línjū huì kāixīn de zhùfú tāmen ， méixiǎngdào tīngwán nàge gòuxiǎng

之後， 鄰居的臉色就沉了下來， 甚至還歎了
zhīhòu ， línjū de liǎnsè jiù chénle xiàlái ， shènzhì hái tànle

一口氣！
yìkǒuqì ！

　　看到鄰居的反應，夫妻倆露出了疑惑的
kàndào línjū de fǎnyìng ， fūqīliǎng lòuchū le yíhuò de

表情 。那位鄰居邊搖頭邊解釋：「 年輕人
biǎoqíng 。 nàwèi línjū biān yáotóu biān jiěshì ： 「 niánqīngrén

啊！你們 想 出去 闖一闖 ，確實是很 勇敢 ，
a ！ nǐmen xiǎng chūqù chuǎngyìchuǎng ， quèshí shì hěn yǒnggǎn ，

很有想法！但是，你們可曾好好 想過 越國的
hěn yǒuxiǎngfǎ ！ dànshì ， nǐmen kě céng hǎohǎo xiǎngguò Yuèguó de

風土民情？據我所知，越國人不愛穿鞋，不論
fēngtǔmínqíng ？ jùwǒsuǒzhī ， Yuèguórén búài chuānxié ， búlùn

走到哪裡都赤著腳，那你的草鞋要賣給誰呢？
zǒudào nǎlǐ dōu chìzhejiǎo ， nà nǐ de cǎoxié yào màigěi shuí ne ？

而你們織的白色絲綢，一般人都是拿來做帽子，
ér nǐmen zhīde báisè sīchóu ， yìbānrén dōushì nálái zuò màozi ，

但是，在越國，因爲時常下雨的緣故，當地人
dànshì ， zài Yuèguó ， yīnwèi shícháng xiàyǔ de yuángù ， dāngdìrén

從 不用這顏色做帽子，那你們的白布要賣給
cóng búyòng zhè yánsè zuò màozi ， nà nǐmen de báibù yào màigěi

誰呢？我想，不管你們的手藝再怎麼好，到了
shuí ne ？ wǒxiǎng ， bùguǎn nǐmen de shǒuyì zài zěnme hǎo ， dàole

越國還是 派不上用場 啊！這麼一來，早晚會
Yuèguó háishì pàibúshàngyòngchǎng a ！ zhèmeyìlái ， zǎowǎn huì

坐吃山空 的，到時，你們一旦 花光 了積蓄，
zuòchīshānkōng de ， dàoshí ， nǐmen yídàn huāguāng le jīxù ，

不就沒有好日子過了嗎？」
bújiù méiyǒu hǎorìzi guòlema ？」

你認爲韓非透過這個故事， 想 告訴我們什麼
nǐ rènwéi Hánfēi tòuguò zhège gùshì ， xiǎng gàosù wǒmenshénme

道理呢？
dàolǐ ne ？


# Phiền não của hai vợ chồng nước Lỗ

(二) 譯文
yìwén


　　Thời Chiến Quốc ở Trung Quốc là thời mà tư tưởng triết học phát triển mạnh, khi đó, có rất nhiều nhà tư tưởng nổi bật muốn thông qua những câu chuyện ngụ ngôn truyền đạt tư tưởng của mình, hy vọng có thể nhờ đó thuyết phục vua tiếp nhận quan điểm chính trị của họ, và Hàn Phi chính là một trong số họ. Bây giờ, chúng ta hãy cùng xem câu chuyện của Hàn Phi, thử xem chúng ta có thể hiểu được hàm ý phía sau câu chuyện không nhé!

Tại nước Lỗ, có một cặp vợ chồng tay nghề thủ công rất tinh xảo, người chồng rất giỏi đan giày cỏ. Những đôi giày anh đan không những đẹp mà còn rất bền chắc, chỉ cần mang đôi giày ấy vào, dù đi trên đường lầy lội hay đường núi gồ ghề, đôi bàn chân vẫn được bảo vệ tốt, hoàn toàn không bị đau hay ảnh hưởng gì.

Vợ anh lại giỏi về dệt vải, hơn nữa lại là vải lụa trắng. Những tấm vải lụa trắng cô dệt, trắng sáng như ánh trăng rọi trên tuyết, không chỉ có vậy, chất liệu vải mềm mại và tinh tế. Nếu dùng tấm vải đó may thành quần áo, khi mặc lên người cảm giác êm ái mềm mại, như làn gió nhẹ tháng ba thổi qua, thoải mái vô cùng!

Do tài nghề xuất chúng, hai vợ chồng đã kiếm được rất nhiều tiền, cộng với cách sống đơn giản, chưa từng tiêu xài lãng, nên vài năm sau, họ đã tích góp được một số tiền đáng kể. Có tiền rồi, hai vợ chồng thương lượng với nhau, phải dùng số tiền này như thế nào cho hợp lý? Hai người nghĩ đi nghĩ lại, cuối cùng quyết định nhân lúc còn trẻ, thay đổi khu sống quen thuộc, ra nước ngoài thử sức, mở rộng tầm mắt. Sau khi thảo luận cẩn thận, họ quyết định dọn đến nước Việt, bắt đầu cuộc sống mới.

Sau khi quyết định xong, họ bắt đầu thu dọn hành lý, dọn dẹp nhà cửa. Hàng xóm thấy họ vội vã thu dọn hành lý, như muốn đi xa, liền hỏi họ lý do tại sao hai vợ chồng không bán giày cỏ cũng không bán vải lụa mà từ sáng đã tất bật ngược xuôi. Thấy hàng xóm quan tâm như vậy, hai vợ chồng liền nói rõ kế hoạch của mình. Vốn nghĩ người hàng xóm này sẽ vui mừng chúc phúc cho họ, nhưng không ngờ sau khi nghe xong, sắc mặt người hàng xóm chùn xuống, thậm chí còn thở dài một tiếng !

Khi thấy phản ứng của người hàng xóm, hai vợ chồng cảm thấy rất khó hiểu. Người hàng xóm vừa lắc đầu vừa giải thích: "Các bạn trẻ à, nếu muốn ra ngoài thử sức, điều này rất rất dũng cảm, ý tưởng rất hay! Nhưng mà, hai người đã từng nghĩ đến phong tục tập quán ở nước Việt chưa? Theo tôi biết, người nước Việt không thích mang giày, dù đi đâu họ cũng đi chân trần, vậy giày cỏ của anh bán được cho ai? Còn vải lụa trắng, mọi người hay dùng để làm nón, nhưng nước Việt hay có mưa, nên người dân không thích dùng màu này làm nóng, thì vải lụa trắng của cô bán cho ai được? Tôi nghĩ, dù cho tay nghề của hai người giỏi đến mấy, đến nước Việt cũng không dùng được. Cứ như thế, ngồi không núi vàng ăn cũng hết, đến lúc hai người dùng hết số tiền tích lũy được, cuộc sống sau này sẽ ra sao?"

Các bạn thấy qua câu chuyện này, Hàn Phi muốn gửi đến chúng ta đạo lý gì?

(三)名詞解釋
míngcí jiěshì

| | 生詞 | 漢語拼音 | 解釋 |
|---|---|---|---|
| 1 | 傳達 | chuándá | truyền đạt |
| 2 | 藉此 | jiècǐ | qua đó |
| 3 | 說服 | shuìfú | thuyết phục |
| 4 | 意涵 | yìhán | ý nghĩa, hàm ý |
| 5 | 手藝 | shǒuyì | tay nghề thủ công |
| 6 | 精巧 | jīngqiǎo | tinh xảo |
| 7 | 擅長 | shàncháng | giỏi về, chuyên về… |
| 8 | 牢固 | láogù | chắc chắn, bền chắc |
| 9 | 泥濘 | nínìng | bùn lầy |
| 10 | 崎嶇 | qíqū | gồ ghề |
| 11 | 絲綢 | sīchóu | tơ lụa |

| | 生詞 | 漢語拼音 | 解釋 |
|---|---|---|---|
| 12 | 質感 | zhígǎn | chất liệu, cảm giác chất liệu |
| 13 | 簡樸 | jiǎnpú | đơn giản |
| 14 | 浪費 | làngfèi | lãng phí |
| 15 | 商量 | shāngliáng | thương lượng |
| 16 | 舒適圈 | shūshìquān | khu an toàn, khu thoải mái |
| 17 | 闖 | chuǎng | xông pha |
| 18 | 構想 | gòuxiǎng | ý tưởng |
| 19 | 風土民情 | fēngtǔmínqíng | phong tục tập quán |
| 20 | 赤腳 | chìjiǎo | chân đất |
| 21 | 坐吃山空 | zuòchīshānkōng | miệng ăn núi lở, ngồi không núi vàng ăn cũng hết |
| 22 | 積蓄 | jīxù | tích lũy |

# 十八、誰是偷錢的人
### shuí shì tōu qián de rén

　　從前　，有個叫陳述古的人，個性既正直又
　cóngqián，　yǒuge jiào Chénshùgǔ de rén，gèxìng jì zhèngzhí yòu

公　正，他在建州擔任法官時，判過的案子都
gōngzhèng，　tā zài Jiànzhōu dānrèn fǎguān shí，pànguò de　ànzi　dōu

讓大家心服口服。
ràng dàjiā　xīnfúkǒufú　。

　　有一天，住在城東的林大嬸突然跑來
　　yǒuyìtiān，　zhùzài chéngdōng de Lín dàshěn túrán　pǎolái

報案，她說早上到市場買菜時，一不注意，
bàoàn，　tā shuō zǎoshàng dào shìchǎng mǎicài shí，　yíbúzhùyì，

和一個年輕人擦撞了一下，當時她不以爲意
hàn yíge　niánqīngrén cāzhuàng le　yíxià，dāngshí tā　bùyǐwéiyì

就走了。結果，買完肉要付錢的時候，她翻遍
jiù zǒule。jiéguǒ，　mǎiwán ròu yào fùqián de shíhòu，　tā fānbiàn

所有的口袋，就是找不到錢包！這時，她才想起
suǒyǒu de kǒudài，　jiùshì zhǎobúdào qiánbāo！zhèshí，　tā cái xiǎngqǐ

早上的　碰撞　，心想，錢包可能是被那個
zǎoshàng de pèngzhuàng，　xīnxiǎng，qiánbāo kěnéng shì bèi　nàge

年輕人扒走了！
niánqīngrén pázǒu le！

　　陳述古根據林大嬸描述的特徵，找來了
　　Chénshùgǔ　gēnjù Lín dàshěn miáoshù de tèzhēng，zhǎolái le

五個嫌疑犯，可是林大嬸看來看去，也很難
wǔge xiányífàn ， kěshì Lín dàshěn kànláikànqù ， yě hěnnán

確定 誰才是 眞正 的小偷；審問那五個人，
quèdìng shéi cáishì zhēnzhèng de xiǎotōu ； shěnwèn nà wǔge rén ，

也沒有人 承認 偷了錢包。見了 這樣的 情形，
yě méiyǒurén chéngrèn tōu le qiánbāo 。 jiànle zhèyàng de qíngxíng ，

陳述古 左思右想， 整整 想了一個 晚上 ，
Chénshùgǔ zuǒsīyòuxiǎng ， zhěngzhěng xiǎngle yíge wǎnshàng ，

終於 想到 一個好法子！
zhōngyú xiǎngdào yíge hǎo fázi ！

第二天，他派部下搬來一口 大鐘， 並 將
dièrtiān ， tā pài bùxià bānlái yìkǒu dàzhōng ， bìng jiāng

鐘 放在 官署 後院 ， 隆重 地舉行了祭祀
zhōng fàngzài guānshǔ hòuyuàn ， lóngzhòng de jǔxíng le jìsì

儀式。祭祀完後，便對那五個嫌疑犯 說：
yíshì 。 jìsìwán hòu ， biàn duì nà wǔge xiányífàn shuō ：

「這是一口 神鐘 ， 它能 辨別 誰是小偷， 誰是
「 zhèshì yìkǒu shénzhōng ， tā néng biànbié shuí shì xiǎotōu ， shuí shì

清白的，屢試不爽！如果是清白的，那麼即便
qīngbái de ， lǚshìbùshuǎng ！ rúguǒ shì qīngbái de ， nàme jíbiàn

是用力地摸 大鐘 ， 大鐘 也不會發出 聲音 ；
shì yònglì de mō dàzhōng ， dàzhōng yě búhuì fāchū shēngyīn ；

但是如果是小偷，只要 輕輕 地摸一下， 鐘 就
dànshì rúguǒ shì xiǎotōu ， zhǐyào qīngqīng de mō yíxià ， zhōng jiù

會發出 聲響 。」 說完後， 就讓人用帷幕把
huì fāchū shēngxiǎng 。 」 shuōwán hòu ， jiù ràng rén yòng wéimù bǎ

大鐘 圍了起來，同時叫人 將墨汁塗滿了 大鐘
dàzhōng wéile qǐlái ， tóngshí jiào rén jiāng mòzhī túmǎn le dàzhōng

的 表面 ，塗好後， 再引導嫌疑犯一一進入帷幕
de biǎomiàn ， túhǎo hòu ， zài yǐndǎo xiányífàn yīyī jìnrù wéimù

裡摸 鐘 。半小時後，所有的人都摸過了 鐘 ，
lǐ mō zhōng 。 bànxiǎoshí hòu ， suǒyǒu de rén dōu mōguò le zhōng ，

這時，陳述古請那五個人把 雙手 伸出來，
zhèshí ， Chénshùgǔ qǐng nà wǔgerén bǎ shuāngshǒu shēnchūlái ，

親自一個個檢查，結果發現只有 王平 一個人的
qīnzì yígege jiǎnchá ， jiéguǒ fāxiàn zhǐyǒu Wángpíng yígerén de

手上 沒有墨汁。見此，陳述古 心中 已有了
shǒushàng méiyǒu mòzhī 。 jiàn cǐ ， Chénshùgǔ xīnzhōng yǐ yǒule

答案，便問 王平 ，錢是不是他偷的， 王平
dáàn ， biànwèn Wángpíng ， qián shìbúshì tā tōu de ， Wángpíng

驚慌 地否認錢是自己偷的。陳述古再接著問：
jīnghuāng de fǒurèn qián shì zìjǐ tōu de 。 Chénshùgǔ zài jiēzhe wèn ：

「如果真的摸了鐘 ， 手上 為什麼沒有墨汁？
「 rúguǒ zhēnde mō le zhōng ， shǒushàng wèishénme méiyǒu mòzhī ？

沒有墨汁表示沒摸 鐘 ，如果是清白的，那為
méiyǒu mòzhī biǎoshì méi mō zhōng ， rúguǒ shì qīngbái de ， nà wèi

什麼不敢摸 鐘 呢？」在陳述古再三追問下，
shénme bùgǎn mō zhōng ne ？ 」 zài Chénshùgǔ zàisān zhuīwèn xià ，

王平 支支吾吾説不清楚，最後 終於 坦承
Wángpíng zhīzhīwúwú shuō bù qīngchǔ ， zuìhòu zhōngyú tǎnchéng

錢包是自己偷的。
qiánbāo shì zìjǐ tōu de 。

　　　陳述古 解決這件案子後， 建州 的人民就
　　　Chénshùgǔ jiějué zhèjiàn ànzi hòu ， Jiànzhōu de rénmín jiù

更加 稱讚 他的辦案能力了！
gèngjiā chēngzàn tā de bànàn nénglì le ！

# Ai là kẻ trộm tiền

Ngày xưa, có một người tên là Trần Thuật Cổ, tính tình chính trực và công minh, khi ông làm quan ở Kiến Châu, đã phá nhiều vụ án khiến mọi người tâm phục khẩu phục.

Một ngày nọ, Lâm đại thẩm sống ở thành Đông đột nhiên chạy đến báo án, bà nói sáng nay khi ra chợ mua đồ, không cẩn thận đã va phải một thanh niên trẻ, lúc đó bà ấy không để ý nên bỏ đi. Đến lúc trả tiền mua thịt, bà tìm hoài cũng không tìm thấy túi tiền! Lúc này, bà mới nhớ đến vụ va chạm khi sáng, thầm nghĩ, túi tiền có thể đã bị người thanh niên đó trộm mất!

Trần Thuật Cổ căn cứ miêu tả của Lâm đại thẩm, bắt được năm nghi phạm, nhưng Lâm đại thẩm nhìn đi nhìn lại, cũng không xác định được ai là kẻ trộm. Thẩm vấn cả năm nghi phạm, cũng không ai nhận tội cả. Thấy tình hình như vậy, Trần Thuật Cổ nghĩ tới nghĩ lui, nghĩ cả một buổi tối, cuối cùng ông đã nghĩ ra được một cách hay!

Ngày hôm sau, ông phái thuộc hạ đem đến một cái chuông lớn, đặt ở hậu viện phủ quan, long trọng tổ chức một buổi tế cúng tế. Sau khi cúng tế, ông nói với năm tên nghi phạm rằng: "Đây là một cái chuông thần, nó có thể phân biệt ai là kẻ trộm, ai là vô tội, lần nào cũng đúng! Nếu vô tội, hãy dùng lực ấn mạnh vào chuông, chuông vẫn không phát ra âm thanh; còn nếu là kẻ trộm, chỉ cần chạm nhẹ vào, chuông sẽ vang lên." Nói rồi, ông cho người kéo màn che lại, đồng thời cho người dùng mực tô đen cả bề mặt cái chuông, sau khi tô xong, liền dẫn các nghi phạm từng người một bước vào. Nửa giờ sau, tất cả nghi phạm đều chạm tay vào chuông, lúc này, Trần Thuật Cổ mới yêu cầu năm nghi phạm xòe hai bàn tay ra, tự mình kiểm tra từng người, cuối cùng phát hiện chỉ có mỗi tay của Vương Bình là không có mực. Thấy vậy, Trần Thuật Cổ đã biết được đáp án, liền hỏi Vương Bình, có phải hắn trộm tiền không, Vương Bình sợ hãi phủ nhận không phải hắn. Trần Thuật Cổ hỏi tiếp: "Nếu ngươi đã chạm vào chuông, tại sao trên tay không dính mực? Không dính mực nghĩa là không chạm vào chuông, nếu ngươi vô tội, tại sao không dám chạm vào chuông chứ?" Trần Thuật Cổ nhiều lần truy hỏi, Vương Bình lắp bắp nói không rõ, cuối cùng đành thừa nhận ví tiền do mình trộm.

Sau khi Trần Thuật Cổ phá được vụ án này, người dân Kiến Châu lại càng ngưỡng mộ tài phá án của ông hơn!

## (三)名詞解釋
míngcí jiěshì

| | 生詞 | 漢語拼音 | 解釋 |
|---|---|---|---|
| 1 | 正直 | zhèngzhí | chính trực, ngay thẳng |
| 2 | 公正 | gōngzhèng | công chính, công bằng |
| 3 | 特徵 | tèzhēng | đặc tính |
| 4 | 嫌疑犯 | xiányífàn | nghi phạm |
| 5 | 審問 | shěnwèn | tra hỏi |
| 6 | 承認 | chéngrèn | thừa nhận |
| 7 | 隆重 | lóngzhòng | long trọng |
| 8 | 儀式 | yíshì | lễ, nghi thức |
| 9 | 辨別 | biànbié | phân biệt |
| 10 | 清白 | qīngbái | trong sạch, vô tội |
| 11 | 屢試不爽 | lǔshìbùshuǎng | lần nào cũng đúng |
| 12 | 帷幕 | wéimù | màn che |
| 13 | 墨汁 | mòzhī | mực |
| 14 | 驚慌 | jīnghuāng | hoang mang, lo sợ |
| 15 | 否認 | fǒurèn | phủ nhận |
| 16 | 傳統 | chuántǒng | truyền thống |

| | 生詞 | 漢語拼音 | 解釋 |
|---|---|---|---|
| 17 | 尊敬 | zūnjìng | tôn trọng, tôn kính |
| 18 | 協助 | xiézhù | giúp đỡ |
| 19 | 工具 | gōngjù | dụng cụ, công cụ |
| 20 | 馬馬虎虎 | mǎmǎhūhū | qua quýt, qua loa |
| 21 | 拙劣 | zhuóliè | vụng về |
| 22 | 傑出 | jiéchū | kiệt xuất, xuất chúng |
| 23 | 敏捷 | mǐnjié | nhanh nhẹn |

# 十九、學法術的 王生
## xué fǎshù de Wángshēng

 **文章**
Wénzhāng

在 一 個 小 鎮 裡 ， 有 個 叫 王 生 的
zài yíge xiǎozhèn lǐ ， yǒu ge jiào Wángshēng de

富 家 子 弟 ， 非 常 喜 歡 和 神 仙 、 法 術 相 關 的
fùjiāzǐdì ， fēicháng xǐhuān hàn shénxiān 、 fǎshù xiāngguān de

事 情 ， 他 最 大 的 願 望 就 是 學 會 長 生 不 老 之
shìqíng ， tā zuìdà de yuànwàng jiù shì xuéhuì chángshēngbùlǎo zhī

術 ！ 因 此 ， 他 收 拾 行 李 ， 出 發 前 往 勞 山 ， 想
shù ！ yīncǐ ， tā shōushí xínglǐ ， chūfā qiánwǎng Láoshān ， xiǎng

找 一 位 道 士 學 習 法 術 。 他 走 啊 走 ， 爬 過 許 多 山 ，
zhǎo yíwèi dàoshì xuéxí fǎshù 。 tā zǒu a zǒu ， páguò xǔduō shān ，

好 不 容 易 才 在 山 頭 上 看 見 一 間 道 觀 ， 門 口 正
hǎobùróngyì cái zài shāntóushàngkànjiàn yìjiān dàoguàn ， ménkǒuzhèng

坐 著 一 位 留 著 白 鬍 子 的 道 士 ， 神 情 平 靜 ， 給 人
zuòzhe yíwèi liúzhe báihúzi de dàoshì ， shénqíng píngjìng ， gěi rén

深 不 可 測 的 感 覺 。 王 生 急 忙 要 求 道 士 收 他 當
shēnbùkěcè de gǎnjué 。 Wángshēng jímáng yāoqiú dàoshì shōu tā dāng

徒 弟 ， 但 是 道 士 提 醒 他 ： 「 你 恐 怕 太 嬌 慣 了 ，
túdì ， dànshì dàoshì tíxǐng tā ： 「 nǐ kǒngpà tài jiāoguàn le ，

不 能 適 應 勞 苦 的 生 活 。 」 王 生 信 心 滿 滿 地
bùnéng shìyìng láokǔ de shēnghuó 。 」 Wángshēng xìnxīnmǎnmǎn de

保 證 他 絕 對 可 以 勝 任 ， 所 以 道 士 就 讓 他 留 下 來
bǎozhèng tā juéduì kěyǐ shēngrèn ， suǒyǐ dàoshì jiù ràng tā liú xiàlái

了，讓他跟其他徒弟一起學習。
le，ràng tā gēn qítā túdì yìqǐ xuéxí。

可是，日子一天一天地過，道士除了叫他
kěshì，rìzi yìtiān yìtiān de guò，dàoshì chúle jiào tā

上山 砍柴、打掃庭園之外，並沒有教他
shàngshān kǎnchái、dǎsǎo tíngyuán zhīwài，bìngméiyǒu jiāo tā

任何法術。就這樣過了一個多月，王生 開始
rènhé fǎshù。jiù zhèyàng guòle yíge duōyuè，Wángshēng kāishǐ

不耐煩，心想，自己在家是少爺，茶來 張口，
búnàifán，xīnxiǎng，zìjǐ zàijiā shì shàoyé，chálái zhāngkǒu，

飯來 伸手，生活 愜意；到這來真是 活受罪，
fànlái shēnshǒu，shēnghuó qièyì；dào zhè lái zhēnshì huóshòuzuì，

手上 都長滿繭了，真是苦啊！不知道士何時
shǒushàng dōu zhǎngmǎnjiǎn le，zhēnshì kǔ a！bùzhī dàoshì héshí

才會開始教法術，如果師父再不教，乾脆回家
cái huì kāishǐ jiāo fǎshù，rúguǒ shīfù zài bùjiāo，gāncuì huíjiā

好了。
hǎole。

有一天 晚上，王生 砍完柴回到道觀，
yǒuyìtiān wǎnshàng，Wángshēng kǎnwán chái huídào dàoguàn，

看見師父和兩個客人一起飲酒，其中一位客人
kànjiàn shīfù hàn liǎngge kèrén yìqǐ yǐnjiǔ，qízhōng yíwèi kèrén

說：「啊，讓你的徒弟們也一起來喝吧！大家
shuō：「a，ràng nǐ de túdìmen yě yìqǐ lái hē ba！dàjiā

有樂同享。」於是徒弟們全都圍了過來，準備
yǒulètóngxiǎng。」yúshì túdìmen quándōu wéile guòlái，zhǔnbèi

喝酒。這時，王生 看著 桌上 只有 小小 一壺
hējiǔ。zhèshí，wángshēng kànzhe zhuōshàng zhǐyǒu xiǎoxiǎo yìhú

酒，心想，這怎麼夠七八個人分呢？但奇怪
jiǔ，xīnxiǎng，zhè zěnme gòu qī bā ge rén fēn ne？dàn qíguài

的是，大家來來回回倒了十幾次，酒壺裡的
de shì， dàjiā láiláihuíhuí dàole shíjǐcì ， jiǔhú lǐ de

酒依舊滿滿的，好像沒人碰過一樣。大家
jiǔ yījiù mǎnmǎn de ， hǎoxiàng méirén pèngguò yíyàng 。 dàjiā

喝了一陣子後，道士拿起了一根筷子，往地上
hēle yízhènzi hòu， dàoshì náqǐ le yìgēn kuàizi ， wǎng dìshàng

一扔，竟然變出了一位大美女，那佳人穿著
yìrēng ， jìngrán biànchū le yíwèi dàměinǚ ， nà jiārén chuānzhe

輕飄飄的衣服，走到大家面前，便開始跳起
qīngpiāopiāo de yīfú ， zǒudào dàjiā miànqián ， biàn kāishǐ tiào qǐ

舞來，一邊跳還一邊唱著歌娛樂大家！歌唱完
wǔ lái ， yìbiān tiào hái yìbiān chàngzhe gē yúlè dàjiā ！ gē chàngwán

後，一個轉身，跳上桌子，又變回一根
hòu， yíge zhuǎnshēn ， tiàoshàng zhuōzi， yòu biànhuí yìgēn

筷子。王生看了羨慕極了，原本不耐煩的
kuàizi。 Wángshēng kànle xiànmù jí le ， yuánběn búnàifán de

心情一掃而空，就連回家的想法都打消了。
xīnqíng yìsǎoérkōng ， jiù lián huíjiā de xiǎngfǎ dōu dǎxiāo le 。

於是，他耐著性子又等了一個月，一心
yúshì ， tā nàizhe xìngzi yòu děngle yíge yuè， yìxīn

希望道士能教他法術。但師父卻依然沒有任何
xīwàng dàoshì néngjiāo tā fǎshù 。 dàn shīfù què yīrán méiyǒu rènhé

動靜，每天還是像往常一樣，吩咐他們
dòngjìng ， měitiān háishì xiàng wǎngcháng yíyàng ， fēnfù tāmen

上山砍柴，洗衣煮飯。王生受不了了，
shàngshān kǎnchái ， xǐyī zhǔfàn 。 Wángshēng shòubùliǎo le ，

跑去跟道士說：「弟子不遠千里來向您學習
pǎoqù gēn dàoshì shuō：「 dìzǐ bùyuǎnqiānlǐ lái xiàng nín xuéxí

法術，您卻一直都不肯教我！其實，我不求您
fǎshù， nín què yìzhí dōu bùkěn jiāo wǒ！ qíshí ， wǒ bù qiú nín

教我 長生之術 ，您只要教我一些 小法術，
jiāo wǒ chángshēngzhīshù ， nín zhǐyào jiāo wǒ yìxiē xiǎo fǎshù ，

我 就 心 滿 意 足 了。但 這 幾 個 月 來，我 就 只 是
wǒ jiù xīnmǎnyìzú le 。 dàn zhèjǐge yuè lái ， wǒ jiù zhǐshì

砍柴、打掃、煮飯，這樣 的 日子，我真的是過
kǎnchái 、 dǎsǎo 、 zhǔfàn， zhèyàng de rìzi ， wǒ zhēnde shì guò

不 下 去 了。」道士 微微一笑，回答：「我 之 前就
bú xiàqù le 。」 dàoshì wéiwéiyíxiào， huídá ： 「wǒ zhīqián jiù

說過 你 可能 會 不 習 慣 道士 的 生活 ，現在 果然
shuōguò nǐ kěnéng huì bùxíguàn dàoshì de shēnghuó ， xiànzài guǒrán

如此。好吧！看你待了兩個多月，我就滿足你
rúcǐ 。 hǎoba ！ kàn nǐ dāile liǎngge duō yuè， wǒ jiù mǎnzú nǐ

的 願望 ，教你一點 小法術吧！你 想 學 什麼
de yuànwàng ， jiāo nǐ yìdiǎn xiǎofǎshù ba ！ nǐ xiǎng xué shénme

呢？」 王生 抓緊機會，要求學習 穿牆之術 ，
ne ？」 Wángshēng zhuājǐn jīhuì ， yāoqiú xuéxí chuānqiángzhīshù，

道士也答應了，教他幾句咒語，要他練習。可是
dàoshì yě dāyìng le ， jiāo tā jǐjù zhòuyǔ， yào tā liànxí 。 kěshì

每 當 王生 走 到 牆 前 ， 就 莫 名 地 害 怕，進
měi dāng Wángshēng zǒudào qiáng qián ， jiù mòmíng de hàipà， jìn

也不是，退也不是。道士要他什麼都別想，再
yěbúshì ， tuì yěbúshì 。 dàoshì yào tā shénme dōu bié xiǎng， zài

試一次， 沒想到， 他真的就 穿過 牆了！ 王
shì yícì ， méixiǎngdào， tā zhēnde jiù chuānguò qiáng le ！ Wáng

生 開心極了， 連忙 走回來 向 道士致謝，並 向
shēng kāixīn jí le ， liánmáng zǒuhuílái xiàng dàoshì zhìxiè， bìngxiàng

道士告別。臨走前，道士只提醒他：「回去後要
dàoshì gàobié 。 línzǒu qián， dàoshì zhǐ tíxǐng tā ： 「huíqù hòuyào

心靈純潔，嚴肅看待法術，不然就不靈了。」
xīnlíngchúnjié， yánsù kàndài fǎshù ， bùrán jiù bùlíng le 。」

王　生　到家後，　向　妻子吹噓自己遇到了
Wáng shēng dàojiā hòu ，　xiàng　qīzǐ　chuīxū　zìjǐ　yùdào　le

神仙　，　即使　堅硬　的　牆壁都不能阻止他前進。
shénxiān ，　jíshǐ　jiānyìng　de qiángbì dōu bùnéng zǔzhǐ　tā qiánjìn 。

妻子不相信，　王生　便唸了咒語，　朝　牆壁　奔跑
qīzǐ　bùxiāngxìn ，　Wángshēng biàn niànle zhòuyǔ ，　cháo qiángbì bēnpǎo

過去，結果頭一　碰到　牆　，叩的一聲，　重重
guòqù ，　jiéguǒ tóu yí pèngdào qiáng ，　kòu de yìshēng ，　zhòngzhòng

跌倒在地！妻子把他扶起一看，　王生　頭上
diédǎo zàidì ！　qīzǐ　bǎ　tā　fúqǐ　yíkàn ，　Wángshēng tóushàng

腫了　個　像　雞蛋一樣大的包，　忍不住哈哈大笑，
zhǒngle ge xiàng jīdàn yíyàng dà de bāo ，　rěnbúzhù　hāhādàxiào ，

讓他又羞又氣，大聲地罵道士不存好心。
ràng tā yòuxiū yòu qì ，　dàshēng de mà dàoshì bù cúnhǎoxīn 。

# Vương Sinh học thuật

 (二) 譯文
yìwén

Trong một thị trấn nhỏ, có một người giàu có tên là Vương Sinh, rất thích những chuyện liên quan đến thần tiên, pháp thuật, mong ước lớn nhất của hắn chính là học được thuật trường sinh bất lão! Do đó, hắn thu dọn hành lý, khởi hành đi Lao Sơn để tìm một vị đạo sĩ học thuật. Hắn đi mãi đi mãi, khó khăn lắm mới nhìn thấy một đạo quán trên đỉnh núi, trước cổng có một vị đạo sĩ râu trắng đang ngồi, nét mặt thư thái, tạo cảm giác không thể đoán biết cho người đối diện. Vương Sinh vội vàng cầu xin đạo sĩ nhận hắn làm đệ tử, nhưng đạo sĩ liền nhắc nhở hắn: "E rằng ngươi được nuông chiều quá, không thể chịu được cuộc sống khổ cực." Vương Sinh đầy tự tin bảo đảm với đạo sĩ hắn có thể chịu được, nên đạo sĩ đã đồng ý cho hắn ở lại, cùng tập luyện với các đồ đệ khác.

Tuy nhiên, ngày lại ngày trôi qua, ngoài việc lên núi đốn củi, dọn dẹp vườn, đạo sĩ không dạy cho hắn pháp thuật gì cả. Cứ thế một tháng trôi qua, Vương Sinh bắt đầu sốt ruột, hắn thầm nghĩ bản thân vốn là thiếu gia, cơm dâng nước rót, cuộc sống nhàn hạ; đến đây phải chịu khổ, tay đầy vết chai, thật là khổ quá mà! Không biết đạo sĩ khi nào mới bắt đầu dạy pháp thuật, nếu sư phụ không dạy thì dứt khoát về nhà vậy.

Một buổi tối nọ, Vương Sinh đốn củi xong trở về đạo quán, nhìn thấy sư phụ và hai vị khách đang uống rượu, một vị khách nói: "Này, hãy để các đồ đệ cùng uống rượu chứ! Mọi người có phước cùng hưởng." Vậy nên các đồ đệ đều ngồi quây quần lại, chuẩn bị uống rượu. Lúc này, Vương Sinh nhìn thấy trên bàn chỉ có một hủ rượu nhỏ, thầm nghĩ, thế này làm sao đủ cho bảy tám người uống chứ? Nhưng kỳ lạ thay, mọi người rót tới rót lui cũng mấy chục lần, rượu trong bình vẫn đầy như trước, giống như chưa ai chạm vào cả. Mọi người uống được một lúc, đạo sĩ cầm lấy một cây đũa, vứt xuống đất, đột nhiên biến ra một mỹ nhân, giai nhân mặc trên người bộ áo bay bổng, bước đến trước mặt mọi người rồi bắt đầu nhảy múa, vừa múa vừa hát giúp vui cho mọi người! Sau khi hát xong, xoay người cái, nhảy thoắt lên bàn, lại biến lại thành một cây đũa. Vương Sinh cảm thấy rất ngưỡng mộ, cảm giác sốt ruột ban đầu tan biến, ngay cả ý định về nhà cũng không còn.

Vì vậy, hắn tiếp tục nhẫn nhịn thêm một tháng nữa, một lòng hy vọng đạo sĩ sẽ dạy hắn phép thuật. Nhưng sư phụ vẫn không có động tĩnh gì, mỗi ngày đều như thế, sai bảo hắn lên núi đốn củi, giặt đồ nấu cơm. Vương Sinh chịu không nổi nữa, liền chạy đến nói với đạo sĩ: "Đệ tử từ xa đến tầm sư học đạo, nhưng ngài mãi vẫn không chịu dạy đệ tử! Thật ra, đệ tử không xin ngài dạy đệ tử thuật trường sinh, chỉ mong ngày dạy cho đệ tử chút pháp thuật, đệ tử đã mãn nguyện rồi. Nhưng mấy tháng này, đệ tử chỉ biết đốn củi, dọn dẹp, nấu cơm, cứ sống như thế, đệ tử thật chịu hết nổi rồi." Đạo sĩ mỉm cười và trả lời: "Trước đây ta đã nói con sẽ không quen cuộc sống của đạo sĩ, quả đúng như vậy. Được rồi! Thấy con đã ở đây hơn hai tháng, ta sẽ thỏa ước nguyện của con, dạy con chút pháp thuật! Con muốn học gì?" Vương Sinh liền nắm bắt cơ hội, xin học thuật xuyên tường, đạo sĩ đồng ý ngay, dạy hắn vài câu thần chú rồi bảo hắn luyện tập. Nhưng khi hắn bước đến trước tường, bỗng nhiên có chút sợ hãi, bước vào cũng không được, bước lùi cũng không xong.

Đạo sĩ bảo hắn đừng nghĩ ngợi gì, cứ thử một lần, không ngờ hắn đã có thể xuyên tường được rồi! Vương Sinh vô cùng phấn khởi, vội vàng chạy đến đa tạ đạo sĩ, rồi từ biệt ngài. Trước khi đi, đạo sĩ chỉ nhắc nhở hắn: "Sau khi về nhà phải để tâm linh thuần khiết, tôn trọng pháp thuật, nếu không sẽ không linh nghiệm nữa." Sau khi Vương Sinh về đến nhà, liền khoe khoang với vợ rằng mình đã gặp thần tiên, dù bức tường có cứng chắc thế nào cũng không thể ngăn hắn bước qua. Người vợ không tin, Vương Sinh liền đọc thần chú, chạy nhanh đến bức tường, cuối cùng đầu đập mạnh vào tường, bốp một tiếng, ngã lăn xuống đất! Người vợ đỡ hắn dậy, nhìn thấy trên đầu

Vương Sinh sưng lên một cục to như quả trứng gà, nhịn không nổi đã cười lớn, khiến hắn vừa xấu hổ vừa tức giận, lớn tiếng mắng đạo sĩ xấu tính.

## 名詞解釋
míngcí jiěshì

| | 生詞 | 漢語拼音 | 解釋 |
|---|---|---|---|
| 1 | 富家子弟 | fùjiāzǐdì | con nhà giàu có |
| 2 | 法術 | fǎshù | pháp thuật |
| 3 | 長生不老 | chángshēngbùlǎo | trường sinh bất lão |
| 4 | 道士 | dàoshì | đạo sĩ |
| 5 | 道觀 | dàoguàn | đạo quán |
| 6 | 神情 | shénqíng | sắc mặt, nét mặt |
| 7 | 深不可測 | shēnbùkěcè | khó đoán biết |
| 8 | 徒弟 | túdì | đồ đệ |
| 9 | 嬌慣 | jiāoguàn | cưng chiều, chiều chuộng |
| 10 | 勝任 | shēngrèn | đảm nhiệm được, có thể gánh vác được |
| 11 | 砍柴 | kǎnchái | đốn củi |
| 12 | 不耐煩 | búnàifán | sốt ruột, thiếu kiên nhẫn |
| 13 | 愜意 | qièyì | thoải mái, hài lòng |
| 14 | 娛樂 | yúlè | giải trí, giúp vui |
| 15 | 一掃而空 | yìsǎoérkōng | quét sạch |
| 16 | 吩咐 | fēnfù | dặn dò, sai bảo |
| 17 | 莫名 | mòmíng | không thể giải thích, không sao nói rõ được |

| | 生詞 | 漢語拼音 | 解釋 |
|---|---|---|---|
| 18 | 看待 | kàndài | đối đãi, tiếp đãi |
| 19 | 吹噓 | chuīxū | khoe khoang, thổi phồng |
| 20 | 堅硬 | jiānyìng | cứng rắn |
| 21 | 腫 | zhǒng | sưng lên |

# 二十、 幫助 稻子 長高 的農夫
## bāngzhù dàozi zhǎnggāo de nóngfū

**(一) 文章**
Wénzhāng

很久以前， 有一位 非常 勤勞 的農夫， 不論是
hěnjiǔ yǐqián ， yǒu yíwèi fēicháng qínláo de nóngfū ， búlùnshì

颱風 或下雨， 每天都會去田裡看看他 種 的
guāfēng huò xiàyǔ ， měitiān dōu huì qù tiánlǐ kànkàn tā zhòng de

稻米，一定得確認它們都順利 成長 ，他才能
dàomǐ ， yídìngděi quèrèn tāmen dōu shùnlì chéngzhǎng ， tā cáinéng

放心。農夫這麼認眞是因爲，他有父母、妻子和
fàngxīn。 nóngfū zhème rènzhēn shì yīnwèi ， tā yǒu fùmǔ 、 qīzi hàn

小孩要照顧， 全家都依賴田裡的 收成 過活，
xiǎohái yào zhàogù ， quánjiā dōu yīlài tiánlǐ de shōuchéng guòhuó ，

所以他十分關心稻米的 生長 情況。其實，
suǒyǐ tā shífēn guānxīn dàomǐ de shēngzhǎng qíngkuàng。 qíshí ，

農夫以前 曾經吃過一次苦頭。有一次，半夜突然
nóngfū yǐqián céngjīng chīguò yícì kǔtóu。 yǒuyícì ， bànyè túrán

下起大雨， 農夫雖然被雨聲 吵醒 了，但 心想
xiàqǐ dàyǔ ， nóngfū suīrán bèi yǔshēng chǎoxǐng le ， dàn xīnxiǎng

這雨應該 很快就會停了，所以並 沒有 起身去搭
zhè yǔ yīnggāi hěnkuài jiù huì tíng le ， suǒyǐ bìng méiyǒu qǐshēn qù dā

遮雨棚。結果， 沒想到 ，那一次的雨一直下到
zhēyǔpéng。 jiéguǒ ， méixiǎngdào ， nà yícì de yǔ yìzhí xiàdào

天亮 ！ 等農夫到田裡去時，所有的稻子都被
tiānliàng ！ děng nóngfū dào tiánlǐ qù shí ， suǒyǒu de dàozǐ dōu bèi

打落在地上，全泡在水裡了。可想而知，那年的
dǎluò zài dìshàng ， quánpào zài shuǐlǐ le 。 kěxiǎngérzhī ， nànián de

心血全白費了！
xīnxiě quán báifèi le ！

　　經過那一次教訓，他再也不敢大意，只要
　　jīngguò nà yícì jiàoxùn ， tā zài yě bùgǎn dàyì ， zhǐyào

天氣有任何變化，絕對馬上到田裡檢查！可是
tiānqì yǒu rènhé biànhuà ， juéduì mǎshàng dào tiánlǐ jiǎnchá ！ kěshì

每天 這樣 來來回回地視察，農夫 漸漸 感到
měitiān zhèyàng láiláihuíhuí de shìchá ， nóngfū jiànjiàn gǎndào

疲憊，心裡忍不住想：「如果稻子可以
píbèi ， xīnlǐ rěnbúzhù xiǎng ： 「 rúguǒ dàozi kěyǐ

長 快一點就好了！稻子 長 快點，我也就不用
zhǎng kuàiyìdiǎn jiù hǎo le ！ dàozi zhǎngkuàidiǎn ， wǒ yě jiù búyòng

跑得那麼辛苦了！」於是，他開始 想 ， 怎麼樣
pǎo de nàme xīnkǔ le ！ 」 yúshì ， tā kāishǐ xiǎng ， zěnmeyàng

才能 讓稻子 長 快一點呢？ 想啊想，他 終於
cái néng ràng dàozi zhǎng kuàiyìdiǎn ne ？ xiǎng a xiǎng ， tā zhōngyú

想到 了一個辦法，這時，只見農夫 高興得跑進
xiǎngdào le yígè bànfǎ ， zhèshí ， zhǐjiàn nóngfū gāoxìng de pǎojìn

田裡去！
tiánlǐ qù ！

　　農夫忙了一整天，回到家後，不但沒有喊
　　nóngfū mángle yìzhěngtiān ， huí dào jiā hòu ， búdàn méiyǒu hǎn

累，反而還眉開眼笑的。於是妻子就好奇地問
lèi ， fǎnér hái méikāiyǎnxiào de 。 yúshì qīzǐ jiù hàoqí de wèn

他：「今天田裡的 工作 不累嗎？怎麼笑咪咪
tā ： 「 jīntiān tiánlǐ de gōngzuò búlèi ma ？ zěnme xiàomīmī

的？」農夫回答：「我今天可忙囉！ 完成
de ？ 」 nóngfū huídá ： 「 wǒ jīntiān kě máng luō ！ wánchéng

了一件大 工程 ！ 身體雖然很累 ， 但心裡卻
le yíjiàn dà gōngchéng ！ shēntǐ suīrán hěnlèi ， dàn xīnlǐ què

很開心 ！ 因為我們家很快就可以 收成 了 ！ 」
hěnkāixīn ！ yīnwèi wǒmenjiā hěnkuài jiù kěyǐ shōuchéng le ！ 」

妻子覺得很奇怪 ， 現在 明明 還沒秋天 ， 怎麼
qīzǐ juéde hěnqíguài ， xiànzài míngmíng háiméi qiūtiān ， zěnme

可能快要 收成 了呢 ？ 她心裡很不安 ， 便 匆 匆
kěnéng kuàiyào shōuchéng le ne ？ tā xīnlǐ hěnbùān ， biàncōngcōng

忙 忙 地跑到田裡去看 。 這一看不得了 ！ 農夫
mángmáng de pǎodào tiánlǐ qù kàn 。 zhè yí kàn bùdéliǎo ！ nóngfū

的妻子看到稻穗 全都垂了下來 ， 一副奄奄一息
de qīzǐ kàndào dàosuì quándōu chuíle xiàlái ， yífù yānyānyìxí

的 模樣 。 再 向前 細看 ， 原來所有的稻米都
de móyàng 。 zài xiàngqián xìkàn ， yuánlái suǒyǒu de dàomǐ dōu

被拔高了 ， 根都 快要露出來了 ！ 她嚇得站都
bèi bágāo le ， gēn dōu kuàiyào lòuchūlái le ！ tā xià de zhàn dōu

站不穩 ， 好不容易平復心情後 ， 回家把農夫
zhànbùwěn ， hǎobùróngyì píngfù xīnqíng hòu ， huíjiā bǎ nóngfū

臭罵 了一頓 ， 因為這麼一來稻子肯定活不了 ，
chòumà le yídùn ， yīnwèi zhème yìlái dàozi kěndìng huóbùliǎo ，

今年很可能沒 收成 了 ！
jīnnián hěnkěnéng méi shōuchéng le ！

# Người nông dân giúp lúa giống mọc cao

(二) 譯文
yìwén

　　Ngày xưa, có một người nông dân rất cần cù chịu

khó, dù trời mưa bão thế nào, ngày nào ông cũng ra đồng làm việc, nhìn những cây lúa ông trồng có phát triển tốt không, ông mới yên tâm. Người nông dân chăm chỉ như vậy là vì, ông còn phải chăm sóc cha mẹ, vợ và các con, cả nhà đều trông chờ vào mùa vụ thu hoạch để sống, vì thế ông rất quan tâm đến tình trạng phát triển của cây lúa. Thật ra, ngày trước người nông dân này đã chịu khổ một lần rồi. Lần đó, nửa đêm bỗng nhiên trời mưa lớn, tuy người nông dân bị tiếng mưa đánh thức, nhưng ông nghĩ mưa sẽ tạnh mau, nên ông không dậy ra đồng dựng rạp chắn mưa. Cuối cùng, không ngờ rằng trời mưa đến sáng hôm sau! Đến khi người nông dân ra đồng, toàn bộ cây lúa đã ngã rạp xuống đất, ngập úng trong nước. Không cần nói cũng biết, tâm huyết năm đó đều phí công vô ích cả!

Qua bài học lần đó, ông không dám lơ là, chỉ cần thời tiết có chút thay đổi, ông liền ra đồng kiểm tra ngay! Nhưng ngày nào cũng đi ra đi vào kiểm tra, người nông dân dần dần cảm thấy mệt mỏi, thầm nghĩ rằng: "Nếu cây lúa mọc nhanh hơn một chút thì tốt biết mấy! Cây lúa mọc nhanh hơn, mình sẽ không phải chạy đi chạy lại vất vả như thế nữa!" Vì vậy, ông bắt đầu nghĩ, làm thế nào để cây lúa mọc nhanh hơn? Nghĩ đi nghĩ lại, cuối cùng ông nghĩ ra một cách, lúc này, chỉ thấy người nông dân phấn khởi chạy nhanh ra đồng!

Người nông dân bận rộn cả ngày, sau khi về nhà, không những không than mệt còn vui vẻ hớn hở. Vợ ông tò mò hỏi: "Hôm nay công việc ở ngoài đồng không mệt sao? Sao lại cười tủm tỉm thế?" Người nông dân trả lời: "Hôm nay tôi bận lắm! Tôi đã làm xong cả một việc lớn! Tuy mệt nhưng trong lòng cảm thấy rất vui! Vì cả nhà ta sắp được thu hoạch rồi!" Người vợ cảm thấy kỳ lạ, rõ ràng bây giờ vẫn đang là mùa thu, làm sao có thể thu hoạch được chứ? Bà sợ đến mức đứng không vững, khó khăn lắm mới bình tĩnh lại, về nhà mắng người nông dân một trận, vì cây lúa nhất định không thể sống nổi, năm nay lại không thể thu hoạch rồi!

**㈢名詞解釋**
míngcí jiěshì

| | 生詞 | 漢語拼音 | 解釋 |
|---|---|---|---|
| 1 | 勤勞 | qínláo | siêng năng, cần cù |
| 2 | 稻米 | dàomǐ | lúa, gạo |

| | 生詞 | 漢語拼音 | 解釋 |
|---|---|---|---|
| 3 | 依賴 | yīlài | nương tựa, dựa vào |
| 4 | 收成 | shōuchéng | mùa gặt, thu hoạch |
| 5 | 苦頭 | kǔtóu | gian khổ, chịu khổ |
| 6 | 心血 | xīnxiè | tâm huyết |
| 7 | 白費 | báifèi | phí công vô ích |
| 8 | 教訓 | jiàoxun | bài học |
| 9 | 大意 | dàyì | lơ là, không cẩn thận |
| 10 | 視察 | shìchá | thị sát, kiểm tra |
| 11 | 疲憊 | píbèi | kiệt quệ, mệt mỏi không còn sức |
| 12 | 眉開眼笑 | méikāiyǎnxiào | mặt mày hớn hở |
| 13 | 笑咪咪 | xiàomīmī | cười tủm tỉm, cười híp mắt |
| 14 | 工程 | gōngchéng | công trình (ở đây chỉ một việc lớn) |
| 15 | 匆匆忙忙 | cōngcōngmángmáng | vội vàng |
| 16 | 稻穗 | dàosuì | cây lúa |
| 17 | 奄奄一息 | yānyānyìxí | hấp hối |
| 18 | 平復 | píngfù | bình tĩnh |
| 19 | 浪費 | làngfèi | lãng phí |
| 20 | 收割 | shōugē | thu gặt |

*Note*

國家圖書館出版品預行編目資料

寓言（越南語版）／楊琇惠編著；陳瑞祥雲
譯. -- 初版. -- 臺北市：五南, 2017.01
　　　面；　　公分.
ISBN 978-957-11-8877-5（平裝）
1.漢語 2.寓言 3.讀本
802.86　　　　　　　105018581

1X8Y 新住民系列

# 寓言（越南語版）
Ngụ ngôn

編 著 者 — 楊琇惠

譯　　 者 — 陳瑞祥雲

發 行 人 — 楊榮川

總 編 輯 — 王翠華

主　　 編 — 黃惠娟

責任編輯 — 蔡佳伶

校　　 對 — 胡天如

封面設計 — 陳翰陞

出 版 者 — 五南圖書出版股份有限公司

地　　 址：106台北市大安區和平東路二段339號4樓

電　　 話：(02)2705-5066　　傳　　真：(02)2706-6100

網　　 址：http://www.wunan.com.tw

電子郵件：wunan@wunan.com.tw

劃撥帳號：01068953

戶　　 名：五南圖書出版股份有限公司

法律顧問　林勝安律師事務所　林勝安律師

出版日期　2017年01月初版一刷

定　　 價　新臺幣300元